પુષ્ટિ-સાર
તથા
શ્રી વલ્લભાખ્યાન-સાર

: સંકલન :

નયના એન. પટેલ

BecomeShakespeare.com

Published in 2024

Becomeshakspeare.com

One Point Six Technologies Private Limited,

Unit No. 26, Ground Floor,

A1, Shram Safalya, Wadala Truck Terminal Road,

Near Post Office, Antop Hill,

Mumbai - 400037

ISBN – 978-93-5883-254-9

નયના નવિનચંદ્ર પટેલ

નયના એન. પટેલ
૨૦૨ શીતલ ફ્લેટ,
આવીચલ બાગની સામે,
દિવાળીપુરા, વડોદરા–૩૯૦૦૦૭.
ગુજરાત, ભારત
✆ : ૯૪૦ ૯૬૪ ૧૪૫૦

વ્હાલા વૈષ્ણવો,

જય શ્રીકૃષ્ણ, હું નયના એન. પટેલ, વડોદરા આ વિષય માટે સાવ અજાણ, અબુધ હતી. પણ શ્રીઠાકોરજી અને શ્રીવલ્લભ શ્રીગુંસાઇજી તથા શ્રીયમુનાજીની કૃપાથી આ માર્ગમાં આગળ વધી, પછી થોડો ઘણો પ્રયત્ન શ્રીવલ્લભકુળની આજ્ઞાથી પુસ્તક રૂપે રચવા કર્યો હતો. આમાં થોડા પુસ્તકો એવા છે કે નાના બાળકો તેમજ નવા વૈષ્ણવો કે જેમણે શરૂઆતમાં એ બી સી ડી શીખવાની હોય તેઓને એકદમ સરળ ભાષામાં અને ટૂંકમાં કંઇક સમજણ પડે એ હેતુથી પુસ્તક લખવાની શરુઆત કરી હતી. મોટા પુસ્તકોમાં પહેલું પુસ્તક **"પુષ્ટિ રથ"** તે પુષ્ટિ માર્ગનું સંકલન સ્વરૂપે છે, તેમાં આપણા બધા નિધિ સ્વરૂપોના ચિત્રજી તેમજ કોના માથે બિરાજે છે, ક્યાં બિરાજે છે, ક્યારે પાટોત્સવ થયેલો વગેરે પુરી માહિતી તેમજ બેઠકજીના સરનામું વગેરે આપેલ છે, શ્રીયમુનાજીના સ્મરણ ચિંતન માટે પણ ઘણાખરા વિષય શ્રીયમુનાજીની પુસ્તક **"નિધિ દેનહારી શ્રીયમુને"** માં છે. તેમજ **"અમરવાણી"** માં સૂરદાસજી, શ્રીગુંસાઇજી અને શ્રીગોકુલનાથજીની વાણી છે. પુષ્ટિ માર્ગનું હાર્દ **"દિનતા"** માં શ્રીહરિરાય મહાપ્રભુજીના તેર ગ્રંથો ભાવાર્થ સાથે તેમજ દિનતા માટે પુરી માહિતી છે. પુસ્તકોના પૈસા હું આપણા માર્ગની સેવા માટે જેમકે ગાયની સેવા (ગૌશાળા), બેઠકજી, વ્રજ ની બેઠક, હવેલી ના નિર્માણ– નવનિર્માણ તથા પુષ્ટિમાર્ગી ઉત્સવો અને બાળકોને ભણવા ચોપડા લાવી આપવા વગેરેમાં વાપરૂ છું. બસ એજ, આપ સર્વે વૈષ્ણવોને મારા ખૂબ ખૂબ "જયશ્રી કૃષ્ણ".

૧) પુષ્ટિરથ :

માનવ જીવનમાં સત્સંગનો મહિમા અપરંપાર છે. સત્સંગ માટે ચિત્તશુધ્ધિ અવશ્યક છે. ચિત્તશુધ્ધિ માટે ભક્તિરૂપી જળનું નિત્યસિંચન થતું રહે

એ જરૂરી છે. જ્યારે જ્યારે અમો સત્સંગ માટે ભેગાં મળતાં ત્યારે આવા કોઈ પુસ્તકના અભાવે પડતી મુશકેલી સમજાતી માટે સંકલન કરવાની પ્રેરણા થઈ. તેમજ ઘણા વૈષ્ણવો ઈચ્છા હોવા છતાં અનુકુળતાના અભાવે સત્સંગમાં આવી શકતા નહીં, તો તેઓ પણ પોતાના યથાયોગ્ય સમયે પ્રભુ સ્મરણ કરી શકે માટે સંકલન કરવાનું ઉચિત બન્યું. આ પુસ્તકમાં પુષ્ટિમાર્ગીય લગભગ બધા સ્તોત્ર તેમજ શ્રીમહાપ્રભુજી, શ્રીયમુનાજી તથા શ્રીજીબાવાના સ્મરણ માટે જરૂરી લગભગ ઘણા ખરા ટોપીક લેવા પ્રયાસ કર્યો છે. તેમજ શ્રી વલ્લભપ્રેમી વૈષ્ણવો જે સેવાકાર્યમાં જોડ્યા છે. તેમના માટે સેવાક્રમ પણ આપ્યો છે.

૨) અમરવાણી :

આ પુસ્તિકામાં અષ્ટછાપ–શિરોમણી મહાકવિ સૂરદાસજીની વાણી,

અનહદ કૃપા કરી તેને સૂર, હરિરસ સ્વાદ ચખાવન મેં
દાસભાવસોં અર્પન હૈ યા, ગ્રંથ તિહારે ચરનન મેં

પરમદયાળ પ્રભુચરણ શ્રીગુંસાઈજીની વાણી,

દવાદશનિકુંજવાર્તા યા યૈઃ સંપાદિતાદ્‌ભૂતા,
વંન્દે તં વૈષ્ણવાધીશ ગોસ્વામી શ્રીવિઠ્ઠલેશ્વરમ્

તેમજ માલા તિલક રક્ષક શ્રીગોકુલનાથજીની વાણી

પ્રણિતા ખટત્રઋુવાર્તા દિવ્યાનુભવ દાયિકા ગોકુલેશ નમામિ તં
માલાતિલકમ્ રક્ષકમ્ આપવામાં આવી છે.

"હરિરસ તબહી તો જાય પૈયે"–(સૂરદાસજીની વાણી) સૂરદાસજીના પદનું ખૂબ સુંદરતાથી અદ્‌ભૂત વિવરણ શ્રીવલ્લભપાદપદ્મમિલિનજીએ તેમના વિવેચનમાં કર્યું છે. સાથે સર્વોત્તમજીના અચિંત્ય મહિમાનો સુંદર ફોડ પાડ્યો છે.

૩) નિધિ દેનહારી શ્રીયમુને :

જીવ શ્રીયમુનાજીના જેટલા પ્રમાણમાં ગુણગાન કરે તેટલાં શ્રીયમુનાજી તે જીવ ઉપર પ્રસન્ન થાય છે. તેમજ કૃપા કરી આપણા દોષોને દૂર કરે છે અને શ્રીઠાકોરજીને પધારવાનું મન થાય એવું આપણું હૃદય એક બગીચા સમાન બનાવે છે. આમ જ્યાં જ્યાં શ્રીયમુનાજીના ગુણગાન થાય છે, ત્યાં ત્યાં શ્રીઠાકોરજી અવશ્ય પધારે છ, અને ઘણી કૃપા કરે છે.

જે કૃપા કરે છે એજ ભક્તિનું દાન કરી શકે છે. આ પુસ્તકમાં શ્રીયમુનાજીના ગુણગાન, તેમજ સ્તુતિ, સ્મરણ માટે શક્ય તેટલાં ટોપીક સમાવવાનો અને વર્ણન કરવાનો પ્રયત્ન કરેલ છે. શ્રીયમુનાજીની કૃપાથી વૈષ્ણવોને ભક્તિનું દાન થાય એજ પ્રાર્થના.

૪) ષોડશગ્રંથ સાર :

આ પુસ્તિકાં નિત્ય નિયમના પાઠનું સરળ ગુજરાતીમાં સમજ આપી છે. તેમાં સોળે સોળે ગ્રંથ ઉપરાંત **''જનમવૈફલ્ય નિરૂપણાષ્ટકમ''** **''પંચશ્લોકી''** અને **''શીક્ષાશ્લોકા''** ગુજરાતી સાર રૂપે છે.

૫) રહસ્ય ભાવના :

આમાં મંદિરની ભાવનાથી માંડી સેવામાં વપરાતી બધી જ વસ્તુઓની ભાવના રાજભોગની સેવા સુધીની આપી છે. કારણ કે વૈષ્ણવોને ત્યાં ઘણું ખરૂં રાજભોગ સુધી સેવા બિરાજે છે. પૂ. બાવાશ્રીની આજ્ઞાથી આખા દિવસની રહસ્ય ભાવના લખીને તે આપને પધરાવી દીધી હતી. પ્રિન્ટ કરાવી ન હતી.

૬) પુષ્ટિમાર્ગનું હાર્દ દિનતા :

દિનતા પુષ્ટિમાર્ગનું હાર્દ છે. તે માટે આપણે પ્રયત્ન ન કરીએ તો કેમ ચાલે ? કરવોજ જોઈએ. આ કળિયુગમાં લોકોને અહં એટલી બધી જાતના હોય છે કે જે ના છૂટે તો જીવ ગર્તામાં જઈને પડે છે. અને ધર્મ–ભક્તિ માટે એની કાંઈ જ પ્રગતિ થઈ શકતી નથી. એ માટે આપણે પ્રભુનું અને ગુરૂનું અનન્ય શરણ સ્વીકારી દાસત્વ મેળવવું જોઈએ. **''શ્રી હરિરાય મહાપ્રભુ''** એ

શરણ અને દાસભાવ માટે ઘણા બધા ગ્રંથો લખ્યા છે. જેનું સ્મરણ ચિંતન અને મનન સમજપૂર્વક આર્ત હૃદયથી કરીએ તો જીવ જરૂર શરણ સ્વિકારી દાસત્વ મેળવી **"દિનતા"** પ્રાપ્ત કરી શકે છે. એ માટે શું કરવું તે સમજાવવા આ પુસ્તકમાં પ્રયત્ન કર્યો છે. **"દિનતા"** વગર જીવનો ઉધ્ધાર નથી.

૭) ભાવપોષકમ ગ્રંથ :

આ ગ્રંથમાં વૈષ્ણવોનો ભકિતમાં કેવી રીતે વધે તે માટે શ્રીહરિરાયજીએ ૧૫ શ્લોકનો ગ્રંથ લખ્યો છે. તેમાં લગભગ ૪૫ પોઈન્ટ છે. જે ગુજરાતી સરળ ભાષામાં સમજાવ્યા છે.

૮) પુષ્ટિમાર્ગીય તત્વ દર્શન :

આ પુસ્તકમાં ૧૦૪ ટોપીક શોર્ટમાં સમજાવવામાં આવ્યા છે કે પુષ્ટિમાર્ગી ય વૈષ્ણવે કેવી રીતે સમજ પૂર્વક વર્તવું જોઇએ. શું કરવું જોઇએ વગેરે સમજાવ્યું છે.

૯) પુષ્ટિ-સાર તથા શ્રી વલ્લભાખ્યાન સાર :

પુષ્ટિમાર્ગના નિતિ નિયમો, શ્રીવલ્લભકુળના વચનામૃતો તેમજ શ્રીવલ્લભ, શ્રીગુંસાઇ વગેરે ધ્વારા પ્રકટ કરવામાં આવેલા પુસ્તકો તથા ગ્રંથોના નામ પણ આપવામાં આવ્યા છે.

આમાં શ્રીવલ્લભ–શ્રીગુંસાઇજીનું પ્રાગટ્ય, સ્વરૂપ, લીલા વગેરેનું વર્ણન શ્રીગોપાલદાસે કર્યું છે. ગુજરાતી સાર રૂપે છે. શ્રીવલ્લભાખ્યાન નવ છે.

એજ – નયનાના ભગવદ સ્મરણ્

નયના પટેલ અમારા જીવન નો શ્વાસ

ગુજરાતના ભાદરણ ગામમાં જશુબેન મધુભાઈ પટેલને ત્યાં લક્ષ્મી આવી. નામકરણ થયું નયના. નયના મોટી થવા લાગી. નિશાળ માં જવા લાગી સાથે સાથે જીવનમાં સંસ્કાર નું ઘડતર થયું. નીડર, અડીખમ, પરોપકારી, દયાળુ સેવાભાવી એટલે નયના.

નયનમાં સ્વપ્ના ભરી આશા ઉમંગ સાથે જીવન માં પા પા પગલી ભરતી આગળ ને આગળ વધવા લાગી નયના. અમદાવાદ ની ફાર્મસી કોલેજ જે એશિયાની બેસ્ટ કોલેજ કહેવાય તેમાં ગ્રજ્યુએશન કર્યું પણ ઈતર પ્રવૃત્તિ રમતગમત, ડાંસિંગ, સિંગિંગ, વાંચન, વકૃત્વ સ્પર્ધામાં પણ એટલાજ રસ ખીલવ્યો. પોસ્ટ ગ્રજ્યુએશન કરતા કરતા સહપાઠી નવીનચંદ્ર સાથે આંખ મળતાં લગ્ન કર્યા. આટલેથી ના અટકતા દ્રઢ નિશ્ચયી નયનાએ પતિ સાથે કંધે કંધો મિલાવી નવી દુનિયા માં પદાર્પણ કરતા વડોદરામાં ફાર્મસી ચાલુ કરી. આખો દિવસ પ્રવૃતિમય રહેતા રેહતા રાજીવ, સોનલ ના નામે સંસારબાગ માં બે કુસુમ ખીલવ્યા, સંસ્કારનું સિંચન કર્યું. કુટુંબને તો ભુલાયજ કેમ? ફરજને સંપૂર્ણ પ્રધાન્ય આપ્યું. દાદા ગોરધનભાઈ ને દાદી કાંતાબેનની ખુબ સેવા કરી તેમના આશીર્વાદ પામ્યા.

પરિવર્તન એજ જીવન

પરિવર્તન દરેકના જીવનમાં આવે. કોસ્મોપોલિટિન વાતાવરણમાં રહ્યા છતાં જીવન માં સદ્દગુણો અપનાવી સતત પ્રવૃતિશીલ નયનાએ એક તબબકે આત્મસંશોધન આદર્યુ. ખુબ ખુબ ધાર્મિક પુસ્તકો નું વાંચન શરુકર્યું . પુષ્ટિ માર્ગ વિષે જાણકારી મેળવાનો પ્રયાસ કર્યો. પુષ્ટિ માર્ગ ને પૂરો સમજ્યા, આત્મસાત કર્યો, તેના દરેક નિયમો, ધારાધોરણ અપનાવી જીવનમાં ઉતાર્યા.

પછી વિચાર આવ્યો કે દેરક જણ પુષ્ટિ માર્ગ સમજી શકે ને અપનાવી શકે તે માટે કંઈક પ્રયત્ન કરવો રહ્યો. એટલે અપનાવ્યો સંશોધન માર્ગ. જેનો નિચોડ કહો કે પરિણામ મળ્યા પુષ્ટિ માર્ગ ના આચર વિચાર નું સરળ નાનું બાળક પણ સમજે તેવું આલેખન એટલે વિવધતા સભર પુસ્તકો.

"અંતિમ શ્વાસે પણ અનેક શારીરિક કષ્ટો સહન કરી દરેક સાથે ક્ષમાયાચના કરી હસતા હસતા પ્રભુમય થઇ મોક્ષ માર્ગે ગમન કર્યું"

રાજીવ પટેલ – સોનલ પટેલ

જય શ્રીકૃષ્ણ

શ્રીયમુનાજી પ્રસન્નોસ્તુ

શ્રીમહાપ્રભુજી-શ્રીજીબાવા-શ્રીયમુનાજી

શ્રી મહાપ્રભુજી

પુષ્ટિ - સાર

પુષ્ટિ - સાર

ષોડશ ગ્રંથના ક્રમવાર નામ યાદ રાખવા
એક જ શ્લોક યાદ રાખો

યમુના બાલ મુકતાશ્ચ પુષ્ટિ સિદ્ધાંત રત્નમ્ પ્ર ।
વિવેક કૃષ્ણ ચતુર્ભક્તિ, જ પ સન્યા નિ સેવના ॥

યમુનાષ્ટકમ્, બાલબોધ, સિધ્ધાંત મુક્તાવલી, પુષ્ટિ પ્રવાહ મર્યાદા, સિદ્ધાંત રહસ્ય, નવરત્નમ્, અંતઃકરણ પ્રબોધ વિવેકધૈર્યાશ્રય, શ્રીકૃષ્ણાશ્રય, ચતુઃશ્લોકી, ભક્તિવર્ધિની, જલભેદ, પંચ પદ્યાનિ, સન્યાસનિર્ણય, નિરોધ લક્ષણ, સેવાફલમ્ - સેવાફલવિવરણમ્.

૧ જગતના વિખૂટા પડેલા જીવોનું કૃષ્ણ સાથે મિલન કરી આપનાર આદ્યશક્તિ તે રાધાજી - સ્વામિનીજી - શ્રીવલ્લભ (ગૂઢ સ્વામિની સ્વરૂપ છે.) શ્રી ઠાકોરજીના વામભાગમાં બિરાજે છે. માટે શ્રીનાથજીબાવા ડાબો હાથ ઉંચો કરી આપણને એમનીપાસે બોલાવે છે કે મારી ડાબી બાજુથી આપ આવો.

૨ શ્રીકૃષ્ણની રાસલીલા એ સાચા અર્થમાં કામવિજય લીલા છે . જે ઝેરને પચાવી જાણે તેજ રાસ ખેલી શકે. માટે શ્રીઠાકોરજીની લીલાનું અનુકરણ કરવાનો પ્રયત્ન ન કરવો.

૩ અન્યાશ્રય ન કરવો, એક માત્ર શ્રીકૃષ્ણનો અનન્ય આશ્રય રાખવો.

૪ જીવ બ્રહ્મનો અંશ છે. બ્રહ્મ વ્યાપક છે. પણ જીવ પોતે વ્યાપક નથી. શુધ્ધ નિર્ગુણ બ્રહ્મ-જીવ, જગત અને અક્ષર બ્રહ્મનું નિમિત્ત અને ઉત્પાદન કારણ છે. શ્રીકૃષ્ણ અંશી છે.આથી શ્રીકૃષ્ણની સેવા એજ અંશરૂપી જીવનો ધર્મ છે.

૫ **"શ્રીકૃષ્ણઃ શરણં મમ"** એ પુષ્ટિ જીવોનો અષ્ટાક્ષર મહામંત્ર છે. **"કૃષ્ણ તવાસ્મિ"** પુષ્ટિ ભકતોનો પંચાક્ષર મહામંત્ર છે.

૬ શ્રીમહાપ્રભુજી સ્વસ્થાપિત પુષ્ટિભક્તિ માર્ગને નિર્ગુણ ભક્તિમાર્ગ તરીકે ઓળખાવે છે.

૭ પુષ્ટિ ભક્તોનું એક માત્ર સાધ્ય **"કૃષ્ણ એવ ગતિર્મમ".**

૮ જીવો સ્વભાવથી દોષવાળા છે. બ્રહ્મસંબંધથી તેમના દોષો દૂર થાય છે. આમ જેમણે ઘરબાર, કુંટુંબ વગેરે

બધુંજ પ્રભુને સમર્પણ કર્યું છે તે જીવને સેવા કરવાનો અધિકાર પ્રાપ્ત થાય છે. પણ તમારામાં લૌકિક ઈચ્છાઓ રહેશે ત્યાં સુધી સેવાની ફળ પ્રાપ્તિમાં વિલંબ થશે. પુષ્ટિ-ભક્તે પૂર્ણાનંદ પૂર્ણ-પુરૂષોત્તમ શ્રીકૃષ્ણની સેવા હંમેશા કરવી. સેવા ત્રણ પ્રકારની તનુજા, વિત્તજા અને માનસી. તનુજા વિત્તજા કરતાં કરતાં માનસી સેવા સિધ્ધ થાય છે. જે સર્વ શ્રેષ્ઠ છે. (સેવામાં ચિત્ત પરોવાય તો માનસી સેવા સિધ્ધ થાય.)

૯ જીવ બ્રહ્મસ્વરૂપ છે. પરંતુ પંચપર્વ ? અવિદ્યાને કારણે પોતાનું સ્વરૂપ ઓળખી શકતો નથી. જીવ બ્રહ્મનો અંશ છે. પણ તેમાંથી આનંદ અંશ નિરોધાન થયો છે. જીવે સંસારની આસક્તિ છોડી શ્રીકૃષ્ણનોજ આશ્રય રાખવો. જીવ ત્રણ પ્રકારના છે. પુષ્ટિ, મર્યાદા અને પ્રવાહી ત્રણેના સાધનો જુદા છે. પુષ્ટિ જીવો પ્રભુના શ્રીઅંગમાંથી પ્રગટ થયા છે. એટલે સેવા એજ એમનો મુખ્ય ધર્મ છે. મર્યાદા જીવ વૈદિક કર્મોમાં-પૂજા વગેરેમાં રચ્યો પચ્યો રહે છે. જ્યારે પ્રવાહી જીવ આજે આ દેવ કાલે બીજા-ઘડીકમાં માતા વગેરે જુદા જુદા દેવ-દેવી પાસે ભટકતો રહે છે. તેનો ઉદ્ધાર નથી થતો. તે જન્મ-મરણના ચક્કરમાં ફર્યા કરે છે. આમ ત્રણેય પ્રકારનાં જીવોના સાધન જુદા છે. પુષ્ટિ જીવોને સ્વરૂપાનંદની પ્રાપ્તિ થાય છે. પછી તેનો નિત્યલીલામાં પ્રવેશ થાય છે. તેને ફરી જન્મ લેવો પડતો નથી. (બ્રહ્મસબંધથી જીવના બધા દોષો દૂર થાય છે. પણ પછી સેવા ના કરે તો પાછા દોષ લાગવાની શકયાતા છે.) અસમર્પિતનો

ત્યાગ કરવો. જે વસ્તુ બ્રહ્મને સમર્પણ કરીએ તેમાં બ્રહ્મપણું પ્રાપ્ત થાય છે. પછી એને વાપરવાથી દોષ લાગતા નથી. બ્રહ્મ સંબધથી જીવની લૌકિક ગતિ થતી નથી અને તેનો નાશ થતો નથી.

૧૦ પ્રભુ પોતાની ઈચ્છાથી બધુંજ કરે છે માટે પ્રભુથી માગવું નહીં. બ્રહ્મસબંધી જીવે ચિંતા કરવી નહીં. પ્રભુ સર્વ સમર્થ છે. પુષ્ટિ ભક્તોના બધા પાપ અને દુ:ખો દૂર કરે છે. પ્રભુ જીવના લૌકિક કાર્યો સિદ્ધ થવા દેતા નથી. બ્રહ્મસબંધી જીવના પ્રાણ પ્રભુ સાથે જોડાઈ જાય છે, પછી તેણે ચિંતા કરવાની જ ન હોય, પછી તે સમજીને કે સમજ્યા વગર લીધા હોય - તેવા જીવે સતત **"શ્રીકૃષ્ણ: શરણં મમ:"** નું રટણ કરવું.

૧૧ આત્મનિવેદન કરવાની પ્રેરણા પ્રભુ જ કરે છે. માટે તેનો સ્વીકાર કર્યો કે નહીં તેવો વિચાર ન કરવો.

૧૨ પ્રભુ સર્વ સમર્થ છે, સર્વ શકિતમાન છે. નિ:સાધન જીવનો પણ તે ઉદ્ધાર કરે છે.

૧૩ પ્રભુ જેની ઉપર કૃપા કરે છે તેની લૌકિકમાંથી આસક્તિ છૂટી જાય છે.

૧૪ અશક્ય પરિસ્થિતિમાંથી પણ પ્રભુ આપણું રક્ષણ કરે છે. એવી ભાવના રાખવી એનું નામ આશ્રય. શ્રીકૃષ્ણ આપણો આશ્રય છે. એમાં અવિશ્વાસ રાખવો નહીં.

૧૫ પુષ્ટિ ભક્તે લૌકિક-વૈદિક કાર્યો આસક્તિ રહિત બનીને કરવાં.

૧૬ ગરૂ અને પુષ્ટિ સ્વામી શ્રીકૃષ્ણની આજ્ઞા પ્રમાણે સર્વકાર્યો કરવાં, તેમ ન કરનારે સ્વામી દ્રોહ કર્યો

ગણાય. કદાચ આજ્ઞા પ્રમાણે કરવાનું અશક્ય બની જાય ત્યારે પણ પ્રભુનો આશ્રય-શરણ રાખવુ સ્વીકારવું. પ્રભુ અંગિકૃત જીવોનું રક્ષણ કરે જ છે.

૧૭ ભગવાન શ્રીકૃષ્ણ લૌકિક નથી. નિજભક્તોના અપરાધોની ક્ષમા આપે છે.

૧૮ શ્રીકૃષ્ણ બધુંજ પોતાની ઈચ્છા પ્રમાણે અને ભક્તના કલ્યાણ માટે કરે છે. એવો વિશ્વાસ રાખવો એનું નામ વિવેક, માટે પ્રભુ પાસે કદી કશું માંગવું નહીં. કશી વસ્તુ મેળવવા પ્રાર્થના કરવી એનો અર્થ દાસપણામાં ઉણપ.

૧૯ આધિ ભૌતિક, આધ્યાત્મિક અને આધિદૈવિક એ ત્રણે પ્રકારના દુઃખો સહન કરવા એનું નામ ધીરજ. પણ પ્રભૂ ઈચ્છાથી દુઃખ દૂર કરવાનો ઉપાય મળી આવે તો દુઃખ ભોગવવાનો આગ્રહ રાખવો નહીં.

૨૦ પ્રભુ કૃપાળુ છે. આપણું ભલું કર્યું છ, કરે છે અને કરશે જ એવો દ્રઢ વિશ્વાસ રાખવો. ભક્તોએ હંમેશા નિશ્ચિ ંત બનીને રહેવું. જીવનો ધર્મ છે સેવા. સેવા કરે તે દાસ; દાસે પોતાના માલિકને - પ્રભુને શરણાગત થઈ રહેવું. આ ઘોર કલિકાળમાં ભવસાગર તરવા માટે શરણાગતિ એટલે કે શરણમાર્ગ જ એક ઉપાય છે. અન્ય માર્ગો કલુષિત બની ગયા છે.

૨૧ લૌકિક-વૈદિક કાર્યોમાં વિઘ્ન આવે ત્યારે એમ માનવું કે તેવા કાર્યોમાંથી આસક્તિ છોડાવવા માટે જ પ્રભુએ વિઘ્ન નાખ્યું છે.

૨૨ પુષ્ટિ માર્ગીય મોક્ષ એટલે શ્રીકૃષ્ણની લીલાઓ દ્વારા વ્યકત સ્વરૂપાનંદની પ્રાપ્તિ.

૨૩ દુન્યવી સુખ અને આનંદ ક્ષણિક અને નાશવંત છે. સાચું સુખ અને શાશ્વત આનંદ પ્રભુ સેવાથી મળે છે.

૨૪ શ્રીકૃષ્ણે કહ્યું છે, મારામાં મન રાખી, મારું ચિંતન કરનાર જે ભક્ત માત્ર મને જ ભજે છે, તેનું યોગક્ષેમ હું નિભાવું છું.

૨૫ પ્રભુમાં સ્નેહ થાય એટલે લૌકિક સ્નેહ નાશ પામે. ઘરબાર, કુટુંબ કબીલામાંથી આસક્તિ છૂટી જાય.

૨૬ પ્રભુ વિના એક ક્ષણ પણ રહી ન શકાય એ સ્થિતિને વ્યસન દશા કહેવાય. (પ્રભુનું વ્યસન લાગ્યું કહેવાય).

૨૭ ભગવાનનું મહાત્મયજ્ઞાન સમજી દઢઆસક્તિ પૂર્વક અત્યાધિક પ્રેમ (સ્નેહ) કરવો તેનું નામ ભક્તિ.

૨૮ ગુરૂદેવની કૃપાથી બ્રહ્મસબંધ થાય અને આપણે આત્મ નિવેદન કરીએ એટલે ભક્તિનું બીજ જે આપણામાં પડયું છે તેમાં અંકુર ફૂટે છે. અને શ્રવણ, કીર્તન સ્મરણ દ્વારા ફૂલે-ફાલે છે. અને ત્યાગ દ્વારા દઢ થાય છે. સંસારિક કાર્યો કરતા કરતાં પણ મન શ્રીહરિમાં લીન રાખવું. સેવા સ્મરણમાં કમી થવા દેવી નહીં.

૨૯ સાચો ભગવદીય તે છે જે ભક્તિભાવથી પૂર્ણ છે. તે ભગવાનની સેવા તો કરે છે, પરંતુ માત્ર પોતાના આત્માના આનંદ માટે. સાચા ભગવદીયના હૃદયમાં નવા નવા ભાવ જાગૃત થાય છે.

૩૦ ભગવાન ભગવદીય દ્વારા ઉપદેશ આપે છે, માટે પૂર્ણ ભગવદીય વિના આગ્રહે સ્વેચ્છાએ જે વચનો કહે તેને ભગવદ્ વાકયો સમજવા.

૩૧ ભક્તિમાર્ગમાં ભગવાન પોતે જ સાધન અને ફળરૂપ છે.

૩૨ પુષ્ટિ ભક્તે ભક્તિમાર્ગીય સન્યાસ લેવો. કારણ કે પુષ્ટિ ભક્ત પ્રેમલક્ષણા ભક્તિ કરનાર છે. ભક્તિમાર્ગીય સન્યાસ પ્રેમ વડે જ સિધ્ધિ થાય છે. આવો ભક્ત (ભક્તિમાર્ગીય સન્યાસ લેનાર) વિરહ અવસ્થામાં રહેતો હોવાથી કોઈપણ લૌકિક વસ્તુ તેના માર્ગમાં બાધક નથી.

૩૩ વિરહ ભાવનાં બે લક્ષણ વિકલતા અને અસ્વસ્થતા.

૩૪ ગોવિંદના ગુણગાનથી જે સુખ મળે છે, તેવું સુખ મહાન તપસ્વીઓ કે જ્ઞાનીઓના હ્રદયમાં પણ પ્રકટતું નથી.

૩૫ આપણી બધી જ ઈન્દ્રિયો ભગવદ્ સબંધી કાર્ય માટે ઉપયોગમાં લેવી. જે ઈન્દ્રિય સ્પષ્ટ રીતે ઉપયોગમાં ન આવે તેનો વિશેષ કરીને નિગ્રહ કરવો.

૩૬ પ્રભુથી બહિમુર્ખ થનારો જીવ અહંતા મમતા યુકત આ સંસારમાં આસકિતવાળો બને છે.

૩૭ પ્રભુમાં સર્વાત્મભાવ રાખે એજ સાચો ભગવદીય.

૩૮ જેણે પોતાના સ્વામિ શ્રીકૃષ્ણના વિરહથી થતા તાપકલેશના આનંદનો અનુભવ કર્યો નથી તેનો જન્મ નિરર્થક છે.

૩૯ ઘરના લોકો પ્રભુની સેવામાં અનુકૂળ હોય તો તેમની ભગવદ્ સેવામાં સહાય અવશ્ય લેવી. અનુકૂળ હોય તેવાનો સંગ તે સત્સંગ અને પ્રતિકૂળ હોય તેવાનો સંગ એટલે દુઃસંગ.

૪૦ ભગવાનમાં ભગ એટલે છ - વાન એટલે ગુણ. જેનામાં ઐશ્વર્ય, વિર્ય, યશ, શ્રી, જ્ઞાન અને વૈરાગ્યરૂપી છ ગુણો છે તે ભગવાન કહેવાય.

૪૧ નિર્ગુણ એટલે "ગુણોથી રહિત" એમ નહિ. નિર્ગુણ એટલે જે "ગુણોથી લેપાય નહીં" તે. આવો છે શ્રીવલ્લભનો નિર્ગુણ ભક્તિમાર્ગ.

૪૨ જીંદગી જબ તક રહેગી, ફુરસદ ન મિલેગી કામસે, કુછ સમય ઐસા નિકાલો, પ્યાર કરો ઘનશ્યામ સે.

૪૩ વ્રજ ચોરાસી કોસમેં ચાર ગાંવ નિજધામ વૃંદાવન અરૂ મધુપુરી, બરસાનો નંદગામ

૪૪ વૃંદાવન સો બન નહીં, નંદર્ગાવ સો ગાંવ બંસીબટ સો બટ નહીં કૃષ્ણ નામસો નાંવ.

૪૫ જ્ઞાન સૂર્યના પ્રકાશ જેવું તેજસ્વી છે. પરંતુ શ્રીકૃષ્ણ તો સ્વયંમ્ સૂર્ય છે.

૪૬ વ્રજભૂમિમાં વૃક્ષે વૃક્ષે વેણુધારી, પત્રે પત્રે ચતુર્ભુજ.

૪૭ ઔર કોઉ સમજે સો સમજે, હમકો ઇતની સમજ ભલી, ઠાકુર હમારે નંદકિશોર ઔર ઠકુરાની વૃષભાન લલી.

૪૮ પ્રસન્ન કરવા મુશ્કેલ એવા પ્રભુને વશ કરવાનું સાધન, તેમની સેવા કરવી એ છે.

૪૯ પ્રભુ સાધન - સંપત્તિથી નહીં પણ દીનતાથી-દૈન્યભાવથી પ્રસન્ન થાય છે.

૫૦ પુષ્ટિમાર્ગમાં ઠંડો ભાવ ઉપયોગી નથી, તાપ-ભાવ જોઇએ, વિરહ ભાવ જોઇએ. તે તાપાત્મક છે, પુષ્ટિમાર્ગમાં ઉષ્ણભાવ મુખ્ય છે. માટે તો મુખારવિંદની સેવા એટલે શ્રીવલ્લભની સેવા મુખ્ય છે, કારણ આપ પ્રભુના મુખારવિંદનું પ્રાકટ્ય છે. (વિરહના બે લક્ષણ-વિકલતા અને અસ્વસ્થતા)

૫૧ યોગ્ય, અયોગ્ય અથવા પ્રતિકૂળ સમયે પણ સેવા તો કરવી જ.

૫૨ શ્રીવલ્લભના તત્વજ્ઞાને ગૃહસ્થાશ્રમને સજીવન કર્યો અને તેને રમણીય બનાવ્યો.

૫૩ હે કૃષ્ણ ! હું તમારો દાસ છું. એ ભક્તિમાર્ગીય ધર્મજ્ઞાન છે.

૫૪ નાશ્રિતો વલ્લભાધીશો, ન ચ દૃષ્ટા સુબોધીનીજી,
નારાધિ રાધિકા નાથો, વૃથા તત્ જન્મ ભૂતલે.

૫૫ વ્યસન કૃષ્ણનું લાગે, થવાય કૃતાર્થ ત્યારે.

૫૬ કર્મ તણાં બંધનને લીધે માયા મહીં લીન છતાંય યાચું (શરીર, પતિ, પત્ની, સુત, બંધુ, વિત્તે) જન્મે ન આસક્તિ જરાય ચિત્તે.

૫૭ સંસારી સુખ મિથ્યા કરી માનજો, કૃષ્ણ વિના બીજું સર્વ કાચું.

૫૮ પુષ્ટિ સૃષ્ટિમાં પ્રભુ પ્રાપ્તિ ગુરૂ કૃપાથી જ મળે,નહીં કે સાધન કર્યાંથી, આ માર્ગમાં પ્રભુ પોતે ગૂઢ સ્વામિની સહિત ગુરૂ રૂપે પ્રગટ થયા છે.

૫૯ ભક્તિમાર્ગમાં પતનનો જરા પણ ભય નથી.

૬૦ વણ કૃપા વલ્લભની કદી નવ રીઝે ઘનશ્યામ.

૬૧ પ્રભુ હાથ પકડયા પછી કોઈને છોડતા નથી.

૬૨ સેવ્ય પ્રભુના સામર્થ્ય વડે, સેવકમાં પણ સામર્થ્ય આવે છે. કૃષ્ણદાસ મેઘન, ચતુર્ભુજદાસ.

૬૩ સર્વ દોષની માતા ચિંતા છે, કાઢ હૃદયથી દૂર મલિન હૃદયમાં હરિ ન બિરાજે.

૬૪ વૈષ્ણવે સદા સર્વ પરિસ્થિતિમાં પ્રસન્ન રહેવું. સુખમાં હરખાવું નહીં, દુઃખમાં વ્યાકુળ ન થવું.

૬૫ જીવ ગોવિંદને ગમતો બને છે શ્રીયમુનાજીના સેવનથી.

૬૬ અષ્ટાક્ષર મંત્રનું સતત સ્મરણ (રટણ) કર્યા કરવું. તમારૂં સર્વ કાંઈ સિધ્ધ થશે.

૬૭ અત્યંત દીનને પણ પુષ્ટિમાર્ગમાં ઊંચા પદની પ્રાપ્તિ થાય છે. બીજા માર્ગમાં થતી નથી.

૬૮ મનુષ્ય જન્મ દુર્લભ છે. ધન-કીર્તિ પાછળ સમય ન વેડફો. પ્રભુ ચિંતનમાં સમય ગાળો તો પ્રભુ મળે.

૬૯ આપણા દેવ-પ્રભુને અન્ય દેવતાઓ આધીન છે. માટે શ્રીકૃષ્ણની સેવા કરવી ઉત્તમ છે.

૭૦ શુધ્ધ અને પવિત્ર હૃદયમાં પાપ કે વિકાર પ્રવેશી શકતાં નથી. મલિન હૃદયમાં પ્રભુ વાસ કરતા નથી.

૭૧ પ્રભુ બધું જુએ છે, હંમેશાં તેનો ડર રાખો.

૭૨ પ્રભુ-હરિ નિજ કૃપા-પાત્ર જીવને લૌકિકમાં સ્વસ્થતા આપતા નથી.

૭૩ જીવમાં સત્ અને ચિત્ એ બે ભગવદ્ ધર્મ છે. આનંદ ધર્મ પુષ્ટિ ભક્તિથી પ્રગટે છે.

૭૪ શ્રીવલ્લભનું પ્રાગટય દૈવી સંકેત અનુસાર થયું છે.

૭૫ શ્રીયમુનાજી સેવાયોગી દેહ - “તનુનવત્વ” આપે છે.

૭૬ શ્રીકૃષ્ણશ્રય સ્તોત્રનો પાઠ પ્રભુ સન્મુખ ભાવ પૂર્વક કરવાથી ભગવદાશ્રય સિધ્ધ થાય છે.

૭૭ દીનતાયુકત, નિષ્પ્રપંચી અને ભગવાનની લીલાઓના ચિંતનમાં તત્પર એવા હૃદયમાં પ્રભુ વાસ કરે છે.

૭૮ પુષ્ટિમાર્ગીય મોક્ષ એટલે ભગવાન સાથે રમણ, દાન, માન અને રાસ.

૭૯ શ્રીમહાપ્રભુજીએ અમને **"શ્રીકૃષ્ણઃ શરણં મમ્"** મંત્ર આપ્યો છે. તેથી અમે સર્વ પ્રકારે નિશ્ચિંત છીએ. (શ્રીહરિરાય મહાપ્રભુ)

૮૦ પુષ્ટિ જીવને પોતાની વાસના હોતી નથી. જે તે પ્રભુને માટે જ છે.

૮૧ પુષ્ટિમાર્ગીય મરજાદીના બધાજ ધર્મો સન્યાસ કરતાં ઊંચા છે. તેઓ પ્રભુના સબંધ વગરની કોઈ વસ્તુ વાપરતા નથી.

૮૨ પુષ્ટિમાર્ગમાં ફળરૂપ ભગવાનનો અનુભવ ઈન્દ્રિયો કરી શકે છે. અન્યમાર્ગમાં નહીં.

૮૩ જેમ જશોદાજીને દેખાયું હતું તેમ ભગવાનમાં સમગ્ર જગત જોવું એ પુષ્ટિ ભક્તિ. એટલે કે ભગવાનમાં સર્વાત્મભાવ થવો એજ પુષ્ટિ ભક્તિ.

૮૪ પ્રભુ કહે છે મારામાં મન રાખ, મારો ભક્ત થા, મારૂં ભજન કરી મને નમસ્કાર કર.

૮૫ ભાવ વગરની સેવા કેવળ ક્રિયા રૂપ છે.

૮૬ ભગવાનના પ્રસાદી અન્ન, જળ અને વસ્ત્રના ઉપયોગથી ભગવાનની માયા તરી જવાય છે.

૮૭ ચિત્તમાં ઉદ્વેગ કરશો તો પણ શ્રીકૃષ્ણને કરવું હોય તેજ કરશે.

૮૮ પ્રભુ ઉત્તમ વસ્તુના ભોકતા છે. ઉત્તમ વસ્તુ હોય તો પણ તેની તપાસ તો કરવી જ.

૮૯ જ્યાં સુધી ભૂતળ ઉપર રહીએ ત્યાં સુધી શ્રીકૃષ્ણની સેવા સ્નેહ સહિત કરવી. પ્રભુમાં નિર્મળ ભાવ રાખવો ચતુરાઈની જરૂર નહીં.

૯૦ પ્રભુમાં અવિશ્વાસ ન કરવો. એ બાધક છે.

૯૧ નિવેદન મંત્રનું સ્મરણ તાદશી વૈષ્ણવ સાથે (ભગવદીય સાથે) મળીને અવશ્ય કરવું. અને ભાવાર્થને વિચારતાં રહેવું.

૯૨ જગત નિરાનંદ છે. જીવ ગુપ્તાનંદ છે, પ્રભુ પૂર્ણાનંદ છે.

૯૩ શ્રીમદ્ આચાર્ય ચરણના સિદ્ધાંત અનુસાર બ્રહ્મ પ્રાકૃત ધર્મ રહિત છતાં અપ્રાકૃત સકલ ધર્મ યુકત છે.

૯૪ ઉપાસના રૂપ ભકિતમાં સ્નેહ હોતો નથી. પુષ્ટિભકિતમાં સ્નેહ મુખ્ય હોય છે.

૯૫ શ્રીમહાપ્રભુજી આજ્ઞા કરે છે કે, ઇન્દ્રિયોને કાબુમાં રાખો. વૈરાગ્ય અને સંતોષ (પરિતોષ) કદાપિ ત્યજશો નહિ.

૯૬ પ્રભુને પ્રસન્ન કરવાનું ખરૂં સાધન દીંનતા છે.

૯૭ શ્રીમદ્ ભાગવત્, સુબોધિનીજી તથા સ્વમાર્ગના અન્ય ગ્રંથ વૈષ્ણવોએ સાથે બેસી વાંચવા.

૯૮ કિર્તન આવડતાં હોય તો તે પ્રેમથી પ્રભુને સંભળાવવા.

૯૯ જ્ઞાન, ભકિત વગેરે સાધનોથી સધાય તે મર્યાદા-માર્ગ અને ભગવત્ સ્વરૂપ બળથી સ્વપ્રાપ્તિ કરાવે તે પુષ્ટિમાર્ગ.

૧૦૦ શ્રીઠાકોરજીની સેવા કોઈને ભરોસે ન આપવી. આપણાં માથે સેવાનું જે સ્વરૂપ બિરાજતું હોય તેની સેવા આપણે જ કરવી.

૧૦૧ ભગવદ્ દર્શનમાં આળસ ન કરવી. પુષ્ટિમાર્ગમાં તો સેવા જ મુખ્ય છે.

૧૦૨ શ્રીવલ્લભનું ભૂતલ પરનું આગમન કલિયુગના જીવો ઉપર કૃપા કરવા માટે છે.

૧૦૩ પ્રભુજ મારો ભાવ નીભાવી રહ્યાં છે. એવી ભાવના જે માર્ગમાં રહેતી હોય તે પુષ્ટિ માર્ગ.

૧૦૪ જ્યાં સુધી કામદિ દોષો (ઇચ્છાઓ) શિથિલ થતાં નથી, ત્યાં સુધી ભકિત ઉત્પન્ન થતી નથી.

૧૦૫ જે જીવોના દેહ વિષયાક્રાંત થયેલા હોય છે તે જીવોના દેહમાં હરિનો પ્રવેશ કદાપિ થતો નથી.

૧૦૬ મન શ્રીઠાકોરજીના ચરણાવિંદમાં રાખી સંસારનું કામ કરતાં રહેવું.

૧૦૭ સર્વોત્તમ સ્તોત્ર એ પુષ્ટિમાર્ગીય વૈષ્ણવોની ગાયત્રી છે. તેનો પાઠ નિત્ય નિયમ પૂર્વક કરવો.

૧૦૮ નવિન વસ્તુ, સામગ્રી શ્રીઠાકોરજીને અવશ્ય ધરવી.

૧૦૯ ભગવદીયના છલ છિદ્રો ન જોવાં.

૧૧૦ જ્યાં સુધી સ્વસુખનો વિચાર હોય ત્યાં સુધી એ લીલાનો અધિકારી બનતો નથી.

૧૧૧ કેવળ વૈરાગ્યથી ભકિત ન થઇ શકે. સાથે સત્પુરૂષનો સંગ એટલે કે સત્સંગ પણ જોઇએ.

૧૧૨ પુષ્ટિમાર્ગનું ફળ પ્રભુના આપ્યા વગર મળતું નથી.

૧૧૩ ભકતોનાં દુઃખોને સહન કરવાનું સામર્થ્ય પ્રભુમાં પણ નથી, તેથી ભક્તોના દુઃખ દૂર કરવાને તે દોડી જાય છે.

૧૧૪ આચાર્યશ્રી **"શ્રીકૃષ્ણાશ્રય"** સ્તોત્રમાં શરણાગતિ ભાવનું રહસ્ય સમજાવે છે.

૧૧૫ પુષ્ટિમાર્ગમાં ભગવાન **"શ્રીકૃષ્ણ"** પણ પ્રતિબંધ કરતા નથી.

૧૧૬ બહિર્મુખ બેઠા હોય ત્યાં ભગવદ્-વાર્તા કરવી નહીં.

૧૧૭ શ્રીમદ્ ભાગવત્ અને ભગવદીય વિષે સદા મન રાખવું. એ બેનાં અંતર ન રાખશો.

૧૧૮ જીવે પોતાની બડાઈ ન કરવી. દાસ ભાવ રાખીને રહેવું.

૧૧૯ સેવા મન અને બુધ્ધિથી એટલે કે ભાવ અને સમજ પૂર્વક કરવી.

૧૨૦ હંમેશા પોતાનો દોષ વિચારવાથી દીનતા સિદ્ધ થાય છે.

૧૨૧ હરિ, ગુરૂ વૈષ્ણવને સરખા જાણો (લેખો) ભિન્ન ભાવ હૃદયે ના દેખો. એક પણું ત્રણેયનું પેંખો (દેખો).

૧૨૨ કોઈ પણ ફળની આશા વગરની તેમજ સંગ પણ જેમાં પ્રતિબંધ ન કરી શકે તેવી ભક્તિ ઉત્તમ કહેવાય છે.

૧૨૩ જીવ પોતે બ્રહ્મના અંશરૂપ છે. બ્રહ્મમાંથી વ્યૂરચરણ (છૂટા) પામેલા છે. અગ્નિમાંથી તણખા છૂટા પડે તેમ.

૧૨૪ અતિગુરૂ માર્ગ રહસ્ય ગુરૂ ભક્તિને અભાવે દુર્જ્ઞેય થઈ પડે છે. એટલે કે ગુરૂભક્તિ વગર ભક્તિમાર્ગનું રહસ્ય સમજી શકાતું નથી.

૧૨૫ **પૂર્ણ પૂરૂષોત્તમ સર્વોદ્ધાર પ્રયત્નાત્મા છે. જ્યારે શ્રીમહાપ્રભુ દૈવોદ્ધાર પ્રયત્નાત્મા છે.**

૧૨૬ બ્રહ્મસબંધી વૈષ્ણવે કદી કોઈ પ્રકારની ચિંતા કરવી નહીં.

૧૨૭ વૈષ્ણવોના સંગ વગર સ્વમાર્ગનો સિધ્ધાંત સમજાતો નથી.

૧૨૮ આપણા સ્વામી શ્રીકૃષ્ણ આપણું શું કરવાને સમર્થ નથી કે આપણે અન્ય દેવ-દેવીઓ પાસે દોડવું પડે ? ટૂંકમાં અન્યાશ્રય કરવો નહીં, અનન્યાશ્રય રાખવો.

૧૨૯ અન્યાશ્રય અને અસમર્પિત બે દુઃસાધ્ય રોગ છે. તે મટાડ્યા વિના પુષ્ટિમાર્ગમાં પ્રગતિ કેમ સધાય ? (ન સધાય)

૧૩૦ જગતમાં જે કાંઈ બને છે તે ભગવદ્ ઈચ્છાથી જ બને છે. આટલી સીધી સાદી વાત (આટલો વિવેક) અંતરમાં ઉતરે તો બેડો પાર.

૧૩૧ આસકિત વિના ચિત્ત ના ચોરાય.

૧૩૨ સંશય હોય ત્યાં સિધ્ધિ શાની ? (ન હોય)

૧૩૩ પુષ્ટિ ભક્તની (જીવની) યોગ્યતા-અયોગ્યતાનો વિચાર ન કરતાં, પ્રભુ કેવળ પોતાના કૃપા કટાક્ષથી જ જીવનો ઉદ્ધાર કરે છે.

૧૩૪ એવો માર્ગ વલ્લભવરનો રે, જ્યાં પ્રવેશ નહિ. વિધિ હરનો રે.

૧૩૫ શ્રીવલ્લભાચાર્યજીએ પોતાના પુષ્ટિમાર્ગમાં ભવ્ય અને સુદઢ ધર્મમંદિરના દ્વાર દરેકને માટે ખુલ્લા રાખ્યાં છે. રંગ, રૂપ, વર્ણ પુષ્ટિમાર્ગમાં પ્રવેશ માટે અંતરાયરૂપ પણ નથી. માટે તે વિશ્વધર્મ કહેવાય છે.

૧૩૬ ભારતીય સંસ્કૃતિનું ચિત્ર સુંદર અને આકર્ષક તો હતું જ. શ્રીવલ્લભાચાર્યજીએ તેને સ+રસ બનાવ્યું.

૧૩૭ શ્રીવલ્લભાચાર્યજીએ તત્વજ્ઞાનને મનુષ્ય જીવનને અનુરૂપ અને બંધબેસતું પ્રમાણ ચતુષ્ટય ગ્રંથમાંથી બતાવ્યું. (જે પહેલેથી જ એમાં ગુપ્ત રીતે વર્ણવેલું હતું)

૧૩૮ તત્વજ્ઞાન પ્રભુ વિષે જ્ઞાન કરાવે. ધર્મભાવના પ્રભુ વિષે પ્રેમ કરાવે.

૧૩૯ શ્રીમહાપ્રભુજીનું સ્વરૂપ વિરહાત્મક છે, જે પરમ ફળ છે.

૧૪૦ શ્રીમહાપ્રભુજીનું શ્રીઅંગ ભાવત્મક પ્રેમથી ભરેલું છે.

૧૪૧ શ્રીમહાપ્રભુજી પાગલ છે, શ્રીકૃષ્ણના પ્રેમમાં કારણ આપ ગુઢ સ્વામિની સ્વરૂપ છે. આપ વિરહમાં ત્રણ ત્રણ દિવસ સુધી અભાન (મૂઢ) અવસ્થામાં પડી રહેતા.

૧૪૨ પુષ્ટિમાર્ગ રસ માર્ગ છે. કોઈ પણ બાબતમાં આગ્રહ કરે રસ ન રહે.

૧૪૩ શ્રીસુબોધીનીજી ફલ-રૂપ છે. કેવળ શ્રીમહાપ્રભુજીની કૃપાથી તેનો રસાસ્વાદ લઈ શકાય.

૧૪૪ મનુષ્ય સ્વપ્રયત્ને આનંદને ખોળવાનો વ્યર્થશ્રમ કરે છે. સ્વરૂપાનંદનું દાન તો કરે છે શ્રીકૃષ્ણ.

૧૪૫ કાગળની હોડી મનુષ્યને તારી શકતી નથી.

૧૪૬ બ્રહ્મે રમણ કરવાની ઈચ્છાથી સૃષ્ટિનું સર્જન કર્યુ છે તેથી સૃષ્ટિ એ બ્રહ્મની લીલાભૂમિ છે.

૧૪૭ સંસારમાં આસકત જીવો પ્રવાહી જીવો કહેવાય છે. તેઓ જન્મ-મૃત્યુના ચકકરમાં ફર્યા કરે છે.

૧૪૮ જગતમાં મારો કોઈ દુશ્મન નથી, એવો મનમાં દઢ સંકલ્પ કરી લો.

૧૪૯ લોકો તમારા વિષે શું બોલે છે તે સાંભળશો નહિ. તેઓ તમારા વખાણ કરશે તો અભિમાન થશે- વધશે. નિંદા કરશે તો હૈયું બળશે.

૧૫૦ પુષ્ટિમાર્ગમાં (આપણે ત્યાં) મૂર્તિ કે ચિત્રજી બિરાજતા નથી, સાક્ષાત સ્વરૂપ (પૂર્ણપુરૂષોત્તમ) બિરાજે છે. માટે ભાવથી-પ્રેમથી સેવા કરવી-દંડવત્ કરવા.

૧૫૧ ભગવાનને ભક્ત ઉપર કૃપા કરવાની ઈચ્છા થાય ત્યારે તેના ઉપર દુઃખ મોકલે છે.

૧૫૨ શ્રીકૃષ્ણની લીલાઓનું ચિંતન કરવું-અનુકરણ નહીં. શ્રીકૃષ્ણની લીલાઓનું અનુસરણ એજ કરી શકે જે પૂતનાનું ઝેર પી શકે.

૧૫૩ ભાગવત્માં તત્વજ્ઞાન ઘણું છે. પરંતુ તેનો પ્રધાન વિષય તો પ્રેમ છે.

૧૫૪ તીર્થો શરીરને શુદ્ધ કરે છે, મન શુદ્ધ થતું નથી. મન તો શ્રીકૃષ્ણનું ધ્યાન કરવાથી જ શુદ્ધ થાય છે.

૧૫૫ શ્રીકૃષ્ણની લીલાઓ અનંત છે. તેમ આપની કથાઓ પણ અનંત છે.

૧૫૬ ભગવાનની કથાનો આશ્રય કરો. તે તમને અમર બનાવશે. પરિક્ષિત અને શુકદેવજી બન્ને અમર છે.

૧૫૭ ભાગવતજી સર્વ શાસ્ત્રોનું દોહન કરેલું રસાત્મક ફળ છે. તેથી શ્રવણ કરવા યોગ્ય છે.

૧૫૮ મનુષ્યને કથા શ્રવણની ઈચ્છા પ્રકટે તે ક્ષણથીજ તેનાં પાપનો છૂટકારો થાય છે. પ્રભુ કૃપા થાય તો જ જીવ કથા સાંભળી શકે છે.

૧૫૯ ભાગિરથી ગંગાજીમાં સ્નાન કરવાથી તન શુદ્ધ થાય છે. ભાગવત્ કથારૂપી ગંગાજીમાં સ્નાન કરવાથી મન શુદ્ધ થાય છે.

૧૬૦ જેના મનમાં સંસાર છે, તે મંદિરમાં પણ સંસાર ખડો કરી દે.

૧૬૧ કળિયુગમાં માત્ર હરિકીર્તન કરવાથી મુકિત મળે છે.

૧૬૨ ભગવાન જગતના કલ્યાણ માટે, અધર્મ અને અનિતિના નાશ માટે અને પૃથ્વી પર વધેલા પાપના ભારને-ભકતના ઉધ્ધારની સાથે સાથે ઓછો કરે છે. આમ પોતાના ભકતોના ઉધ્ધાર માટે જ-પાછા લીલામાં મોકલવા માટે જ- અવતાર લે છે.

૧૬૩ જે દિવસે તમારાથી સત્કર્મ થાય તે દિવસ તમારે માટે શ્રેષ્ઠ દિવસ.

૧૬૪ ઈશ્વર ને મનશકિતથી કે બુદ્ધિ શકિતથી જીતી નથી શકતા કે મળતા નથી. તેમને તો કેવળ પ્રેમથી જ જીતી શકાય કે મેળવી શકાય છે. ટૂંકમાં પ્રભુને પ્રેમથી બાંધી શકાય છે.

૧૬૫ ભગવાન મહાન છે, પણ બલિરાજા પાસે વામન બનવું પડયું હતું. કારણ કે બલિએ ભક્તિનું ભાથું બાંધ્યું હતું. (બલિરાજા પાસે ભક્તિ હતી)

૧૬૬ સંત કરતા ગૃહસ્થ ઊંચી કોટિનો છે, ભગવાને ગૃહસ્થોને ઘેર અવતાર લીધા છે. સંતોને ઘેર નહીં.

૧૬૭ દુનિયામાં કોઈ વસ્તુ સારી કે ખોટી નથી. પરંતુ આ સારૂં - આ ખરાબ એવો વિચાર કરનારૂં મન જ ખરાબ છે.

૧૬૮ માનવ જીવનની છેલ્લી પરીક્ષા “મરણ” છે. જેનું મરણ મંગલ-મય હોય તે જીવનની અંતિમ પરીક્ષામાં પાસ થયો ગણાય.

૧૬૯ ઘરમાં રહીને જ સેવા કરવી એ શ્રીમહાપ્રભુજીનો મત છે. પરંતુ "આ ઘર મારૂં છે" એવી મમતા રાખવી ખોટી છે. મારા પ્રભુએ આપેલું છે માટે એમનું છે. ઘરમાં મુખ્ય વ્યકિત પ્રભુ છે.

૧૭૦ ભગવાન ભક્તોના યોગક્ષેમની જવાબદારી ઉઠાવે છે. યોગ=જીવનની જરૂરીયાતોની અને ક્ષેમ=શારીરિક સંભાળ તેમજ ઉન્નતિ.

૧૭૧ પરમાત્મા પોતાના પરમ ભક્તોને દુઃખમાં સાથ આપે છે. સુખમાં નહિ.

૧૭૨ પ્રભુ પોતાની સર્વવ્યાપકતા અને પોતાના ભક્તોના વચન સત્ય કરવા નૃસિંહરૂપે લોખંડના થાંભલામાંથી પ્રકટ થયા હતા.

૧૭૩ હૃદય એ કમળ છે. જ્યારે ભગવાનના પ્રેમમાં તે આર્દ્ર બને છે ત્યારે તે ખીલે છે.

૧૭૪ હજારો વર્ષોથી વૃંદાવનની પવિત્ર ભૂમિમાં રાધાકૃષ્ણની લીલાઓ ચાલે છે.

૧૭૫ ભાગવત્નું ફળ નિષ્કામ ભક્તિ છે. નિષ્કામ ભક્તિ દ્વારા મુકિતના અધિકારી બની શકાય, પણ પુષ્ટિ ભક્તતો સ્વરૂપાનંદ ઈચ્છે છે મુક્તિ નથી ઈચ્છતો માટે નિષ્કામ ભકિત સાથે પ્રેમ સહિત સેવા કરે છે.

૧૭૬ ભગવાન પહેલાં તમારૂ સર્વસ્વ માગી લે છે પછી વગર માગે પોતાનું સર્વસ્વ આપે છે.

૧૭૭ પરમાત્માનું નામ અને રૂપ નિત્ય નવિન છે. એ સાંભળવાથી આત્માને કદી પણ તૃપ્તિ તથી નથી.

૧૭૮ જીવનો અહં જે અનેક પ્રકારનો છે. શ્રીહરિરાયજી તો ૩૫ કે ૩૬ જાતના અહં બતાવે છે. એને લીધે જીવને ભગવદ્ દર્શન શકય બનતા નથી. જેને અહં નથી તેને તો સર્વત્ર ભગવદ્ દર્શન થાય છે.

૧૭૯ શ્રીકૃષ્ણ કથામાં મન એકાગ્ર બને અને શ્રીકૃષ્ણ લીલામાં તરબોળ થઈ જવાય ત્યારે મનમાંથી સંસાર આપો આપ નીકળી જાય છે.

૧૮૦ યોગી ભુલ કરે તો રોગી બને, જ્ઞાની ભૂલ કરે તો નાસ્તિક બને અને ભક્ત ભૂલ કરે તો વિલાસી બને.

૧૮૧ જીવ અનેક વર્ષોથી ભોગ ભોગવે છે, છતાં તેને શાંતિ નથી. શાંતિ ત્યારે જ મળે જ્યારે એને પરમાત્માના દર્શન થાય.

૧૮૨ સુદામાની જેમ તમે રોજ ઘરમાં કથા કરજો. એ કથામાં પતિ વકતા અને પત્નિ શ્રોતા.

૧૮૩ દ્વારિકાનાથનો વૈભવ જોઈને સુદામાજીએ જીવ અને જીભ બગાડયાં નહીં. એટલે કે નિષ્કામ રહેવું.

૧૮૪ સુદામા જેવો કોઈ મિત્ર થયો નથી, શ્રીકૃષ્ણ જેવો કોઈ દાની થયો નથી.

૧૮૫ જીવ જ્યારે જીવપણું છોડી પ્રભુને દ્વારે જાય છે, ત્યારે પ્રભુ ઈશ્વર પણું ભૂલી તેને ભેટવા દોડી જાય છે.

૧૮૬ ગોપી દેખાવે તો સ્ત્રી જ છે. પણ તેનામાં સ્ત્રીનો સ્વભાવ નથી. જેણે પ્રત્યેક ઈન્દ્રિયોનો સંયમ રાખ્યો છે તે ગોપી.

૧૮૭ વ્રજમાં આવ્યા પછી ગોપીઓના દર્શન કરી એમની સાથે ચર્ચા કરી ઉધ્ધવનો જ્ઞાનનો ગર્વ ઓગળી ગયો

હતો. ગોપીઓએ ભગવાન માટે પોતાના સર્વસ્વનો (ઘર, પિતા, મા, પતિ, પુત્ર, પુત્રી, સ્ત્રી વગેરે સર્વસ્વ - આલોક-પરલોક-આત્મા સહિત) ત્યાગ કર્યો હતો.

૧૮૮ પરમાત્માની કૃપા થાય અને પાપીને પણ મુકિત મળે તેનું નામ કૃપામુકિત. અજામિલનું આખું જીવન પાપથી ભરેલું હતું. છતાં મરણ વખતે-છેલ્લી ઘડીએ પોતાના પુત્રનું નામ (નારાયણ) લીધું અને એને મુકિત આપી.

૧૮૯ ઘણું મળે છતાં ઓછું માને તે જીવ. થોડું મળે પણ ઘણું માને તે ભગવાન.

૧૯૦ જ્ઞાન વગરની ભકિત આંધળી છે. અને ભક્તિ વગરનું જ્ઞાન પાંગળું છે.

૧૯૧ શ્રીકૃષ્ણ કહે તેમ કરવું અને શ્રીરામ વર્તે તેમ વર્તવું.

૧૯૨ "મા" એટલે માયા "ધવ" એટલે પતિઃ માયાના પતિ એ માધવરાય.

૧૯૩ શુકદેવજી અને વાસુદેવ એ બે એવા વિરલ પુરૂષો છે, જેમને માયાનો સ્પર્શ નથી થયો.

૧૯૪ આપણને જે બહું ગમતું હોય તે પ્રભુને સમર્પિયે તો પ્રભુ પ્રસન્ન થાય.

૧૯૫ પરિક્ષિત એટલે ભગવાનનાં દર્શન કરવા આતુર થયેલો જીવ.

૧૯૬ દેહને બહું શણગારો નહીં. શૃંગાર કરવા હોય તો ઠાકોરજીના કરો. ઠાકોરજી ઉત્તમ વસ્તુના ભોકતા છે.

૧૯૭ વર્તનથી (કરે તે) ઉપદેશ આપે તે સાચો ગુરૂ, વાણીથી આપે તે નહીં.

૧૯૮ સુંદર તો એક માત્ર શ્રીકૃષ્ણ જ છે.

૧૯૯ એકનાથ કહેતા-ભગવાને મને સ્ત્રીનો સંગ આપ્યો નથી. સ્ત્રીનો સત્સંગ આપ્યો છે.

૨૦૦ જે માણસ પ્રત્યેક પરિસ્થિતિમાં પરમાત્માની કૃપાનો અનુભવ કરે અને મનને શાંત રાખે તે સાચો વૈષ્ણવ.

૨૦૧ શ્રીકૃષ્ણને છાતીમાં લાત મારાનાર બ્રાહ્મણ (ભૃગુઋષી) પ્રત્યે પણ તેમને સ્નેહભાવ હતો.

૨૦૨ દરેક પાઠ અર્થ અને જ્ઞાન સાથે કરો તો તમારી ભક્તિ વૃધ્ધિ પામશે.

૨૦૩ ઉપવાસનો અર્થ ઉપર વાસ એનો અર્થ આખો દિવસ ભક્તિમાં ગાળો.

૨૦૪ લાકડાં અને કોલસા ખલાસ થતાં અગ્નિ આપો આપ શાંત પડી જાય છે, તેમ વિકાર વાસના ખલાસ થતાં મન અપોઆપ શાંત પડી જાય છે.

૨૦૫ જો લક્ષ્મી મળવાથી શાંતિ મળે તો લક્ષ્મીના પતિને મેળવીને શું ન મળે?

૨૦૬ જેની આંખમાં કામ છે તે આંધળો છે. કામનાઓમાં માણસ ઘણી વખત એટલો રચ્યો પચ્યો થઇ જાય છે કે તેને આત્માના ઉધ્ધાર તરફ દ્રષ્ટિ કરવાની ફુરસદ જ મળતી નથી.

૨૦૭ આંખથી સૌંદર્ય જોવા દોડાદોડી કર્યા કરતા સૌંદર્યના સર્જનહારને જોવાનો પ્રયત્ન કરવો.

૨૦૮ શ્રીયમુનાજી ભક્તિ આપે છે, ગંગાજી મુક્તિ આપે છે.

૨૦૯ ભક્તિ કરીને પ્રભુ પાસે કંઇ માગશો તો કદાચ માગેલી વસ્તુ મળશે, પણ પ્રભુ તમારાથી દૂર થઇ જશે. આમ તો પ્રભુ પોતાના સાચા ભક્તનું અહિત થાય એવી વસ્તુ હોય તો એને આપતા જ નથી.

૨૧૦ નીતિથી મેળવેલો પૈસો અમૃત સમાન છે, અનીતિ અને અધર્મથી મેળવેલો પૈસો ઝેર સમાન છે. અમૃત લાંબુ આયુષ્ય આપી શકે છે - દિવ્ય જીવન આપી શકતું નથી. દિવ્ય જીવન તો પ્રભુ સ્મરણ, સેવા અને કૃપાથી જ મળે છે.

૨૧૧ સંપત્તિ અને સંતતિ પુરૂષાર્થથી નહીં પણ પ્રારબ્ધથી પ્રાપ્ત થાય છે.

૨૧૨ અનીતિથી એકઠા કરેલા ધન વડે શરીરને સુખ આપશો તો તે જલ્દી રોગી બનશે. પછી તે ધન દવા-દારૂમાં ખર્ચાશે.

૨૧૩ "જ્યાં સ્નેહ ત્યાં સમર્પણ", સ્ત્રીમાં સ્નેહ વધારે હોય છે, એટલે તેનામાં સમર્પણની ભાવના પ્રકટે છે.

૨૧૪ પોતાને નરક મળે તો ભલે, પરંતુ પોતાની ચરણરજથી કનૈયાનું દુ:ખ મટશે એમ માની ગોપીઓએ પોતાની ચરણરજ આપી એમાં ગોપીઓની "તત્ત સુખની ભાવના" ના દર્શન થાય છે.

૨૧૫ આપણી ભૂલ બતાવે તેને પ્રણામ કરવા.

૨૧૬ કલિયુગમાં કૃષ્ણકથા અને કૃષ્ણ કીર્તન વિના મનુષ્યનો ઉદ્ધાર નથી.

૨૧૭ "કસોટી સોનાની થાય પિત્તળની નહીં" સોનાને તપવું પડે છે.

૨૧૮ શુકદેવજી જન્મથી જ નિર્વિકાર છે, જન્મસિદ્ધ યોગી છે. માટે આપ શ્રેષ્ઠ વકતા છે. શ્રેષ્ઠ વકતા બની શકયા.

૨૧૯ અપમાન અને વેરનો બદલો પ્રેમથી વાળે તે વૈષ્ણવ છે.

૨૨૦ "જયશ્રીકૃષ્ણ" એટલે મને જે દેખાય છે તે શ્રીકૃષ્ણનું સ્વરૂપ છે. શ્રીકૃષ્ણનો- તેનો જય.

૨૨૧ સુખનાં સમયે, દુઃખના સમયે અને મૃત્યુ સમયે શ્રીકૃષ્ણની સ્તુતિ- સ્મરણ કરવું.

૨૨૨ શ્રીકૃષ્ણ કહે છે "સબસે ઊંચી પ્રેમ સગાઈ".

૨૨૩ વૈષ્ણવો મુક્તિ માગતા નથી. પ્રભુની સેવા, કીર્તન કરવા તથા તેનો રસાસ્વાદ માણવા થોડું દ્વૈત માગે છે.

૨૨૪ સંસારીને ભોગમાં તૃપ્તિ થતી નથી. ને વૈષ્ણવને ભક્તિમાં સંતોષ થતો નથી.

૨૨૫ કનૈયા પાછળ જે પડે તેને કનૈયો પહેલાં રડાવે છે. પછી રમાડે છે.

૨૨૬ વસ્તુમાં મીઠાશ નથી. પ્રેમમાં મીઠાશ છે. પ્રેમથી આપેલ સૂકા રોટલામાં મીઠાશ છે તેટલી પ્રેમ વગરના બત્રીશ જાતનાં પકવાનમાં પણ નથી.

૨૨૭ વ્રજરજ એ માટી નથી, અને યમુના જળ એ પાણી નથી, તુલસી એ વનસ્પતિ નથી, ગાય એ પશુ નથી.

૨૨૮ ચાર મિલે ચોસઠ ખીલે, વીસ મિલે કર જોડ, હરિજન સે હરિજન મિલે, તો બિહંસે સાત કરોડ.

૨૨૯ બધા પાપનું-દુઃખનું મુળ વાણી છે. મહાભારતનું યુધ્ધ થયું વાણીને કારણે. દ્રૌપદીએ દુર્યોધનને અંધનો પુત્ર ક્હ્યો તેથી.

૨૩૦ જ્ઞાન માર્ગ કરતાં ભક્તિ માર્ગ ઉત્તમ છે.

૨૩૧ સુખનો વિરોધી શબ્દ દુઃખ, પ્રકાશનો વિરોધી શબ્દ અંધકાર, પણ આનંદનો વિરોધી શબ્દ નથી.

૨૩૨ જેવી દૃષ્ટિ તેવી સૃષ્ટિ-દુર્યોધનને જગતમાં બધા દુર્જન દેખાય, યુધિષ્ઠરને જગતમાં કોઈ દુર્જન ન દેખાયો.

૨૩૩ "સહન કરે તે સંત" સંતને જગતમાં ખૂબ સહન કરવું પડે છે.

૨૩૪ વૃધ્ધાવસ્થામાં શરીર નિર્બળ બને છે અને ઈન્દ્રિઓ કામ કરી શકિત નથી. ત્યારે પણ મન અને બુધ્ધિ જુવાન જ રહે છે.

૨૩૫ કપિલ ભગવાનનાં માતા દેવહુતીને જ્યાં સિધ્ધી મળી તે સ્થળનું નામ "સિધ્ધપુર" તેનું બીજુ નામ "માતૃગયા".

૨૩૬ જે બીજાનું બુરૂં કરે છે. તેનું કોઈ દિવસ સારું થતું નથી. "જેવું કરો તેવું પામો".

૨૩૭ કોઈ સુખી કરે તેથી સુખી થવાતું નથી. માણસ પોતાની મેળે જ સુખી થઇ શકે છે.

૨૩૮ સદ્‌ગુરૂની કૃપા વગર માનવી પશુ જેવું જીવન ગુજારે છે. તેમની (સદ્‌ગુરૂ) કૃપા મળેથી તે માનવ બને છે.

૨૩૯ જેમને કામવાસના સ્પર્શી ન શકે તે અચ્યુત. કોઈ પણ વસ્તુ-પદાર્થ દેખી ચળે નહીં તે અચ્યુત-અવિચળ કહેવાય.

૨૪૦ કોઈ પણ પરિસ્થિતિમાં પ્રભુનો જ આશ્રય-શરણ સ્વીકારવો. જેમકે ભય લાગે ત્યારે, દુઃખ આવી પડે, પાપ થઈ જાય, ઈચ્છાઓ પૂરી ન થાય, ભક્તનો દ્રોહ થઈ જાય, ભક્તનો અભાવ જણાય, આપણૂં ભલું કરવા કોઈ આપણું અપમાન કરે, અશકય કે શકય કામ કરવાનું આવે (કામ કરવાની પરિસ્થિતિ આવે), અહંકાર થાય, કુટુંબીઓનું પોષણ રક્ષણ કરવાનુ થાય, કુટુંબીઓ આપણો તિરસ્કાર કરે,મનની અલૌકિકતા મેળવવા માટે, પ્રભુ જ એક માત્ર આધાર છે, એમ

દઢતાપૂર્વક માનવું. અન્યાશ્રય કદી ન કરવો.પ્રભુમાં સહેજ પણ અવિશ્વાસ ન કરવો.

૨૪૧ માનવ દેહમાં બેઠેલો આત્મા જો નિરંતર વિવેકથી વર્તે તો તે જાતે જ નરમાંથી નારાયણ બની શકે છે.

૨૪૨ વૈષ્ણવ કહેવડાવવું સહેલું છે. પણ થવું કઠીન છે.

૨૪૩ સુખ સૌને જોઈએ છે. પરંતુ સુખ ક્યાં અને શેમાં છે તેની કોઈને ખબર નથી.

૨૪૪ જે બહુ ભોગ ભોગવે છે તેને વૃદ્ધાવસ્થા જલ્દી વળગે છે.

૨૪૫ માણસે કરેલાં પાપોના પ્રાયશ્ચિતો તેને પવિત્ર કરી શકતાં નથી. બીજું - પ્રાયશ્ચિત કર્યા પછી પાપ નહીં કરે તેની શું ખાત્રી?

૨૪૬ પાપી જીવોની-માણસોની શુદ્ધિ ભગવાનને આત્મસર્પણ અને ભગવાનના પરમ ભક્તોની સેવા કરવાથી થાય છે.

૨૪૭ જનાબાઈના છાણામાંથી પણ વિઠ્ઠલ વિઠ્ઠલ અવાજ આવતો હતો. જનાબાઈની ભક્તિએ જડને ચેતન બનાવ્યું.

૨૪૮ અજાણતા અગ્નિ પર કોઈ વસ્તુ પડે તો અગ્નિ તેને બાળે છે તેમ અજાણતા પણ ભગવાનનું નામ લેવાય તો પ્રભુ તેને તારે છે.

૨૪૯ જીભને જે ગમતું હોય તે તેને ન આપો તો જરૂર તે સુધરી જશે.

૨૫૦ જેને તૃષ્ણાઓ છે તે વધુમાં વધુ દરિદ્ર છે.

૨૫૧ દરેક હાલતમાં સંતોષ માનનાર સૌથી મોટો શ્રીમંત છે.

૨૫૨ દરેક જીવ જ્યારે દીન બની પરમાત્માને શરણે જાય ત્યારે પરમાત્મા તેને અપનાવી લે છે.

૨૫૩ જીવ સાથે સ્વાર્થ વગર કોઈ પ્રેમ કરતું નથી. સિવાય ભગવાન.

૨૫૪ નારાયણનું નામ સ્મરણ કરવાથી રાક્ષસને ત્યાં પણ પ્રભુ ભકત પ્રગટ થાય છે. (પ્રહલ્લાદ્)

૨૫૫ પ્રભુ સર્વ વ્યાપક છે.

૨૫૬ જે સુખમાં પ્રભુ ભૂલાય-સ્મરણ ના થાય તે સુખ સુખ નથી.

૨૫૭ એવી સંપત્તિ ન મળશો કે મળ્યા પછી પ્રભુ ભૂલાય.

૨૫૮ ભગવાન પોતાના ભક્ત માટે કાંઈ પણ કરી શકે છે, બની શકે છે. (ગમે ત્યારે ગમે તે કરે છે)

૨૫૯ ભગવાન આપણને જે પરિસ્થિતિમાં રાખે તેમાં સદા સંતોષ માનવો-માનજો. તો જ સુખી થવાશે.

૨૬૦ શરીર પ્રભુને પ્રાપ્ત કરવા માટે મળ્યું છે. માટે તે છે ત્યાં સુધી પ્રભુ ભજન કરી લો.

૨૬૧ દેહને સ્ત્રી કે પુરૂષ સંજ્ઞા અપાય છે, આત્માને નહીં. આત્મા ન સ્ત્રી છે ન પુરૂષ. જેણે દેહભાવ છોડયો તે ગોપી.

૨૬૨ નિર્બલ કે બલ રામ-પ્રભુ. દ્રૌપદીએ સાડીનો છેડો પકડી રાખ્યો ત્યાં સુધી કૃષ્ણ તેની મદદે ન આવ્યા.

૨૬૩ મનુષ્ય અંતકાળે હરિ હરિ કરે તો એનો જન્મ સાર્થક થાય. (હાય હાય ને બદલે)

૨૬૪ રાજા પરિક્ષિતે તો તેને દંશ દેવા આવનાર તક્ષકમાં પણ પ્રભુનાં દર્શન કરી તેમાં અભેદભાવ રાખ્યો હતો.

૨૬૫ જીવ માત્રને સાત દિવસમાંથી કોઇ એક વારે તક્ષક રૂપી કાળ કરડવાનો જ છે.

૨૬૬ જે વ્યકિત પાપ કરતી વખતે પાપ થવાનો ડર રાખે તેનાથી પાપ થાય જ નહીં.

૨૬૭ કાયદામાં રહીને ચાલનારને સત્તાનો ડર ન હોય. ઈશ્વરની આમન્યામાં રહીને જીવનારને કાળનો ડર ન હોય.

૨૬૮ સંસાર એ મહાસમુદ્ર છે તેનું મંથન કરી તમારે જ્ઞાન, ભકિતરૂપી અમૃત મેળવવાનું છે.

૨૬૯ સંસારની મોહિનીમાં જે ફસાય તેને ભકિત રૂપી અમૃત મળતું નથી.

૨૭૦ શ્રીમહાપ્રભુજી ત્રિકાળ સંધ્યા કરતા હતા તેથી સુવર્ણના પુતળા રૂપી કાળ તેમને સ્પર્શી ન શકયો.

૨૭૧ અર્થ અને કામ ન હોવા જોઈએ એવું નથી પરંતુ એ ધર્મની મર્યાદામાં હોવા જોઈએ.

૨૭૨ બ્રહ્મસબંધ કરવો મુશ્કેલ નથી. એને ટકાવી રાખવો મુશ્કેલ છે.

૨૭૩ તમે જગતને સુધારવાની ભાંજગડમાં ન પડશો. તમારા મનને અને તમારા ઘરને સુધારો એટલે બસ.

૨૭૪ આત્મા કદી મરતો નથી. શરીર કદી કોઈનું કાયમ રહેતું નથી.

૨૭૫ આત્મા એ હું છે (શરીર એ હું નથી.)એને કદી કશું જ અડતું નથી. કોઇ ભીંજવી શકતું નથી, બાળી શકતું નથી વગેરે.

૨૭૬ શ્રીકૃષ્ણનું દર્શન એજ સુ-દર્શન (સુદર્શન) એથી વધુ સારું દર્શન બીજું કયું હોઇ શકે ?

૨૭૭ તનને અને ધનને સાચવે એ સંસારી. મનને સાચવે તે વૈષ્ણવ.

૨૭૮ તમે સતત મનથી પ્રભુ ધામમાં, પ્રભુ સ્મરણમાં, પ્રભુ ચિંતનમાં રહેશો તો તમારા લૌકિક સંબંધો આપોઆપ છૂટી જશે.

૨૭૯ જે કોઇ પોતાની બધી ઇન્દ્રિયોથી ભક્તિરસ માણે તે ગોપી. (તે કોઇ સ્ત્રી કે પુરૂષ નથી)

૨૮૦ અધરામૃત એટલે સ્વર્ગના અમૃતથી પર એવું ભક્તિ, જ્ઞાન અને વૈરાગ્યનું અમૃત. શ્રીઠાકોરજીના અધરામૃતના સેવનથી આપણૂં બધું જ લૌકિક છૂટી ને અલૌકિક સિધ્ધ થાય છે.

૨૮૧ બુહારિ કરવાથી ઘર સ્વચ્છ રહે છે. સત્કાર્ય અને સત્સંગ કરવાથી મન સ્વચ્છ રહે છે.

૨૮૨ મોંઘો માનવ દેહ મળ્યા છતાં જે મુનષ્ય વિષયો પાછળ જ લાગી રહે છે તે મુનષ્ય અમૃતના બદલામાં વિષ મેળવે છે.

૨૮૩ અગ્નિમાં ઘીની આહુતિ આપવાથી જેમ તે વધુ તીવ્ર બને છે, તેમ ભોગ ભોગવવાથી વિષયવાસના વધુ પ્રબળ બનતી જાય છે.

૨૮૪ કૃષ્ણ કથા, કૃષ્ણનામ, કૃષ્ણ ભક્તિથી મરણ સુધરે છે. મરણ સુધર્યુ તેને જન્મ મરણનો ફેરો નહીં.

૨૮૫ કૃષ્ણ કથામાં વિશેષતા એ છે કે કોઇ પણ રસમાં રૂચિ રાખનારને તેમાં આનંદ મળે છે.

૨૮૬ વાસુદેવજીને બ્રહ્મસબંધ થતાં તેમની બેડીઓ છૂટી, કારાગાર છૂટયું, પરંતુ મહામાયાનો સબંધ થયો એટલે પાછુ બંધન મળ્યું.

૨૮૭ ભોગ કરતાં ભોગના ત્યાગમાં અનંતગણું વધારે સુખ મળે છે. ભોગમાં ક્ષણિક સુખ છે, ત્યાગમાં શાશ્વત્ સુખ છે.

૨૮૮ પરધન અને પરસ્ત્રીમાં જેનું મન ફસાય તેવો પાપી બીજો કોઈ નથી.

૨૮૯ વાસનાઓ ઉપર વિજય મેળવનાર સાચો પરાક્રમી છે.

૨૯૦ જ્યાં હું છે ત્યાં "હરિ" નથી. જ્યાં "હરિ" છે ત્યાં હું નથી.

૨૯૧ જ્યાં જીવ ઈશ્વરનું સ્મરણ કરે તે સાધારણ ભક્તિ. જીવનું સ્મરણ ઈશ્વરને થાય એ સાચી ભક્તિ.

૨૯૨ પ્રભુના વિયોગમાં દુઃખનો અનુભવ થાય ત્યારે ભક્તિનો આરંભ થાય છે.

૨૯૩ જે પ્રભુનો વિયોગ સહન કરી શકતો નથી અને પ્રભુના વિયોગમાં વ્યાકુળ થઈ જાય છે તે સાચો વૈષ્ણવ.

૨૯૪ મરણ પછી "ધન" સાથે નહીં આવે "ભક્તિ" સાથે આવશે.

૨૯૫ ભગવાનની ભક્તિ કરે તે વૈષ્ણવ પરંતુ બીજાને ભક્તિનો રંગ લગાડે તે મહાવૈષ્ણ-સાચો વૈષ્ણવ. "તારા સંગનો રંગ ન લાગે ત્યાં સુધી તું કાચો"

૨૯૬ મનમાં જ્યાં સુધી વાસના કે વિકાર હશે ત્યાં સુધી મનનો નિરોધ થશે નહીં. મનનો નિરોધ ન થાય ત્યાં સુધી મુક્તિ મળશે નહીં.

૨૯૭ લાલાએ માટી ખાધી નથી, ખવડાવી હતી અને તે તો વ્રજ રજ હતી, વ્રજ રજ એ માટી નથી ચરણામૃત છે.

૨૯૮ ભક્તનો પ્રેમજ પ્રભુને બાંધી શકે છે, બીજુ કશું જ નહીં.

૨૯૯ જ્ઞાની પ્રભુનો સાક્ષાત્કાર કરી શકે છે, પણ પ્રભુને બાંધવાની શક્તિ તેનામાં નથી.

૩૦૦ ખાવું એ પાપ નથી, પરંતું ભગવદ્ અર્પણ કર્યા વગર ખાવું એ પાપ છે.

૩૦૧ સંસાર રૂપી દાવાગ્નિ બાળવા આવે ત્યારે પ્રભુનું સ્મરણ કરજો, તે દાવાગ્નિનું પાન કરશે.

૩૦૨ ગોવર્ધન લીલામાં પૂજનાર અને પૂજાનાર એક બને છે.

૩૦૩ રાસલીલા એટલે જીવ અને ઈશ્વરનું આધ્યાત્મિક મિલન.

૩૦૪ પ્રભુ જેને મારે છે તેને પણ તારે છે. પૂતના, કંસ, શિશુપાલન વગેરે.

૩૦૫ કૃષ્ણ જીવ સાથે કેવળ પ્રેમ જ કરે છે, જીવ સાથે પ્રેમ કરનાર તેના જેવું બીજું કોઈ નથી.

૩૦૬ સંસારની પ્રવૃત્તિઓમાં કદી શાતિ મળતી નથી. માટે જે પ્રવૃત્તિ કરો તે પરમાત્માનું અનુસંધાન રાખીને કરજો.

૩૦૭ જે બીજાને સુખી કરવા ઈચ્છે છે તે કદી દુઃખી થતો નથી. જે પોતાના જ સુખ માટે જીવે છે તે કદી સુખી થતો નથી.

૩૦૮ અન્નથી તન પુષ્ટ થાય છે, સત્સંગથી મન પુષ્ટ થાય છે.

૩૦૯ વૃધ્ધાવસ્થામાં તો ઘણાને ડહાપણ આવે છે, પરંતુ યૌવનમાં ડહાપણ આવે તો તેનો બેડો પાર થઈ જાય.

૩૧૦ યોગીઓને આંખો બંધ કરવાથી (કરીને) સમાધિ લાગતી હતી. ગોપીઓને ઉઘાડી આખે સમાધિ લાગતી હતી.

૩૧૧ તમારી બધીજ ઈંન્દ્રિયોથી ભક્તિ કરો. તેમજ મનથી પણ કરો.

૩૧૨ જગતનો આધાર કૃષ્ણ છે, પણ કૃષ્ણનો આધાર શ્રીરાધા છે.

૩૧૩ રાધાજી પરમાત્માંથી વિખૂટા પડેલા જીવોનો ઈશ્વર સાથે સબંધ જોડી આપનાર છે. માટે તો શ્રીવલ્લભનું સ્મરણ જરૂરી છે, કારણ કે શ્રીવલ્લભ ગૂઢસ્વામિની સ્વરૂપ છે.

૩૧૪ અવતાર દશામાં ભગવાન ઘણા જીવોનો ઉદ્ધાર કરે છે. પરંતુ અનાવતાર દશામાં તેમની કથા-લીલા અનેક-ઘણાં જીવોનો ઉધ્ધાર કરે છે.

૩૧૫ દીનતા એ પ્રભુની કૃપા સિદ્ધ કરવાની (મેળવવાની) ગુરૂ ચાવી છે.

૩૧૬ દંડના ભયથી કામ કરે તે પશુ, દ્રવ્ય લાલસાથી કામ કરે તે મનુષ્ય, દયા ભાવથી કામ કરે તે દેવ. અને અનુગ્રહ ભાવથી કામ કરે તે કૃષ્ણ. (ભગવાન-કૃષ્ણ જીવની કૃતિ તરફ જોતા નથી. આપ તો કૃપાળુ છે. નિઃસાધન અને દીન ભક્તો ઉપર અવશ્ય કૃપા કરે છે.)

૩૧૭ કથા કેવળ સાંભળવાની વસ્તુ નથી. એ તો જીવનમાં ઉતારવાની અને સાંભળેલું આચરવાની વસ્તુ છે.

૩૧૮ જીવનની જરૂરિયાતો વધારવાથી મહાન બની જવાતું નથી. મનુષ્યની મહત્તા તો જરૂરિયાતો ને મર્યાદિત કરવામાં છે.

૩૧૯ કંસરાજાએ વેરભાવે કૃષ્ણનું સતત ચિંતન કર્યું તો તે કૃષ્ણમય બની મુકિત પામ્યો. આમ ગમે તે ભાવથી તમે પ્રભુમાં તન્મય બનો તમારો ઉધ્ધાર નક્કી છે.

૩૨૦ ભગવાન કૃષ્ણ અતિશય કૃપા કરે ત્યારે ઘરમાં જ સત્સંગ આપે છે.

૩૨૧ ઉધ્ધવજીના જ્ઞાનનું ગુમાન ગોપીઓની પ્રેમલક્ષણા ભકિતના પ્રવાહમાં ઓગળી ગયું.

૩૨૨ આંખ અને કાન પ્રભુને હૃદયમાં ઉતારવાનાં દ્વાર છે તેને પવિત્ર રાખૌ.

૩૨૩ મહાત્મયજ્ઞાન પૂર્વક ભકિત કરવાથી પ્રભુમાં પ્રેમ સિદ્ધ થાય તે પ્રેમ લક્ષણા ભકિત અને એવી ભકિત (પ્રેમ લક્ષણા ભકિત)કરતાં કરતાં જ્યારે સર્વાત્મભાવ સિધ્ધ થાય પછી પરાભકિત જે છેલ્લી કક્ષાની છે તે સિધ્ધ થાય ત્યારે પ્રભુનો સાક્ષાત્ અનુભવ થાય.

૩૨૪ જ્ઞાનમાં પતન થવા સંભવ છે. (જ્ઞાનનું અભિમાનઆવે તો શું થાય ?) ભકિતમાં પતનની શકયતા નથી. ભગવાનનું વચન છે, "નમે ભકતઃ પ્રણશ્યતિ".

૩૨૫ અનન્યાશ્રય એટલે "મારો માર્ગે પુષ્ટિમાર્ગ" "મારા ગુરૂદેવ શ્રીવલ્લભ, મારા સ્વામી" શ્રીકૃષ્ણઃ આ, બીજું કશું નહીં.

૩૨૬ નૂતન અને ઉત્તમ વસ્તુ પ્રભુને સમર્પવી.

૩૨૭ મર્યાદામાં વેદોકત ફળ છે. તે પણ મંત્રો સાચા બોલાયા હોય તો. તેમજ દ્રવ્ય, ભૂમિ, યજમાન તેમજ બ્રાહ્મણ વગેરેની પણ શુધ્ધિ એટલી જ જરૂરી છે. પુષ્ટિ માર્ગમાં શ્રીઅંગની પ્રાપ્તિ છે. પુષ્ટિ માર્ગમાં પ્રભુ કૃપા-પુષ્ટિ ઉપર આધાર છે.

૩૨૮ ભગવદ્ સેવા કરતાં લોક સંકોચ ન રાખવો.

૩૨૯ સ્વામિને પ્રસન્ન રાખે તે સાચા સેવક.

૩૩૦ દુઃસંગથી બચવાનો એક માત્ર ઉપાય છે સત્સંગ.

૩૩૧ ચિત્ત તું શીદને ચિંતા કરે, કૃષ્ણને કરવું હોય તે કરે.

૩૩૨ તું અંત્તર ઉધ્વેહ રાખે તેથી કારજ શું સરે ? "ઘણીનો ધાર્યો મનસુબો હર બ્રહ્માથી નવ ફરે".

૩૩૩ એક વર્યો શ્રીગોપીજન વલ્લભ નહીં સ્વામી બીજો.

૩૩૪ દોરી સર્વની એના હાથમાં, ભરાવ્યું ડગલું ભરે, જેવો જંત્ર વગાડે જંત્રી તેવો સ્વર નીકળે.

૩૩૫ "મોટાનું વચન સુખધામ" કૃતિ રીતે કરીએ. એટલે કે મોટા કહે તે કરો. મોટાની ગતિ મોટા જાણે. દયા દીનતા સમરીએ. મોટા કરે તે ન કરવું. કહે તે કરવું. દીનતા રાખી રહેવું.

૩૩૬ દીનતા ભાવ અંતરનો સ્નેહ છે. પ્રભુ પ્રસદતાનું કારણ છે. અંતરમાં સ્નેહ હોય તો દીનતા આવે અને દીનતા આવે તો જ પ્રભુ પ્રસદ થાય.

૩૩૭ રાખ ભરોસો રાધાવરનો "દયા" શીદને ડરે ? જીવનમાં ડરવું નહીં પ્રભુ પર ભરોસો રાખવો.

૩૩૮ નિશ્ચિંત થઈ, સહુ શોક ત્યજી, પ્રીત પ્રભુજી શું જોડ.

૩૩૯ મારા દુઃખનું કારણ મારામાં રહેલો અહંકાર છે એમ સમજો. અહંકાર ન કરવો. અહંકારથી પતન નિશ્ચિત છે.

૩૪૦ ભાગવત્ ભવરોગની દવા છે.

૩૪૧ પરમાત્માનો સાક્ષાત્ અનુભવ એજ ભાગવતનું ફળ છે.

૩૪૨ ભાગવત એમ નથી કહેતું કે ઘર છોડવાથી ભગવાન મળે છે.

૩૪૩ દૂધમાં માખણ દેખાતું નથી, તેમ પરમાત્મા સર્વત્ર હોવા છતાં દેખાતા નથી.

૩૪૪ જીવનની સમાપ્તિ સુધી સત્કર્મ કરવાનું ચાલુ રાખજો. (સત્કર્મની સમાપ્તિ હોતી નથી).

૩૪૫ હંસ જેમ દૂધ અને પાણીમાંથી દૂધ પી, પાણી રહેવા દે છે તેમ આ સંસારમાંથી જે સત્ય છે. અમૃત સમ છે, તેનો સ્વીકાર કરો, બાકી બધું છોડી દો. ટૂંકમાં જ્યાં ત્યાંથી સારી-સત્ય વસ્તુનો સ્વીકાર કરવો.

૩૪૬ પરમહંસના પ્રકાર બે જ્ઞાન પરમહંસ અને ભાગવત્ પરમહંસ. ઋષભદેવજી જ્ઞાની પરમહંસ અને ભરતજી (જડ ભરતજી) ભાગવત્ પરમહંસ હતા.

૩૪૭ જેના તન મન શુધ્ધ હોય તેને સર્વ સ્થળે પ્રભુના દર્શન થશે.

૩૪૮ જે મનુષ્ય પોતાના શરીરના પોષણ માટે જ અન્ન પકવે છે. એટલે કે સામગ્રી સિદ્ધ કરે છે અને તેનો આહાર કરે છે. તેઓ પોતાના પાપને ખાઇ રહ્યાં છે.

૩૪૯ જેના અંતઃકરણમાં પ્રભુ દર્શનની ઝંખના-આતુરતા ઉભરાતી હોય અને આંખોમાંથી આંસુ નિતરતા હોય તેને પ્રભુના દર્શન શકય બને છે. એટલે કે તીવ્ર વિયોગ પ્રભુ દર્શન માટે હોવો જરૂરી છે.

૩૫૦ સુખ અને શાંતિ શરણ ધર્મ સિવાય શકય નથી. પ્રભુ જે કરે તે યોગ્ય જ હોય છે.

૩૫૧ સંસાર સાગરને તરવા માટે શ્રીકૃષ્ણની શરણાગતિ સિવાય બીજો કોઇ ઉપાય નથી.

૩૫૨ સાચું સુખ, સાચી શાંતિ, સાચી સમૃધ્ધિ, સાચો આનંદ માત્ર શ્રીઠાકોરજીનાં સેવનથી મળવાનાં છે.

૩૫૩ મંદિરમાં ભગવાનના દર્શન કરવાં તે સાધારણ ભક્તિ. બધામાં ભગવાનનાં દર્શન થવા તે અસાધારણ ભક્તિ મર્યાદા ભક્તિ અને પ્રભુમાં સર્વાત્મભાવ સિધ્ધ થવો એ પુષ્ટિમાર્ગીય અસાધારણ ભક્તિ.

૩૫૪ શિક્ષાશ્લોકા - પ્રભુથી બહિર્મુખ થવાના ચાર કારણો છે. જ્યારે તમે પ્રભુથી બહિર્મુખ થશો ત્યારે કાળ અને પ્રવાહમાં રહેલ દેહ, ચિત વગેરે સર્વ રીતે તમારુ ભક્ષણ કરશે. એટલે કે તમને કોઈ પણ પ્રકારે પ્રવાહી જીવ બનાવી દેશે એવી મારી મતિ છે.

૧ અન્યાશ્રય - પ્રભુ વિના અન્યનો આશ્રય કરવો.

૨ અસમર્પિત - પ્રભુને અર્પણ કર્યા વિના કોઇ વસ્તુનો ઉપયોગ.

૩ અસદાલાપ-જુઠું કે બિન ઉપયોગી બોલવું.

૪ અસંગ-ચિત્તમાં લૌકિક ઇચ્છા પેદા કરે તેવાનો સંગ કરવો.

૩૫૫ શિક્ષાશ્લોક-ભગવાન શ્રીકૃષ્ણ લૌકિક નથી. પરંતુ સર્વથી પર છે. તે પ્રવાહી જીવે કરેલી સેવા અંગિકાર નહિં કરે, તેમાં પણ આપણો ભાવ આ લોક સબંધી પ્રભુ જ છે એવો હોવો જોઇએ.

પરલોક અને આ લોક પ્રભુ વડે જ છે. તેથી સર્વ રીતે **સર્વાત્મભાવ** વડે તેજ શ્રીગોપીજન વલ્લભ સેવન કરવા યોગ્ય છે. તે આપણું સર્વ ફળ (શરણ, આશ્રય, સર્વાત્મભાવ વગેરે) સિદ્ધ કરશે જ.

૩૫૬ ભક્તિહંસ (ભક્તિહેતુ નિર્ણય)-જ્યારે શ્રીકૃષ્ણની સકામ ભક્તિ કરો, અથવા મંત્રમાં જણાવ્યા પ્રમાણેનું ફળ મેળવવા શ્રીકૃષ્ણની ભક્તિ કરો ત્યારે તે ભક્તિનો આધાર શ્રીકૃષ્ણ વિભૂતિથી વિશેષ કશું નથી. પરંતુ પુષ્ટિ ભક્તિમાં શ્રીકૃષ્ણ રસ-સ્વરૂપ પૂર્ણ-પરબ્રહ્મ છે. માટે જ શ્રીમહાપ્રભુજી નિષ્કામ ભક્તિ કરવા કહે છે.

૩૫૭ યમુનાષ્ટપદી-(શ્રીગુંસાઈજી કૃત)-શ્રીયમુનાજીનું હૃદય કોમળ છે તેઓ જીવોનાં કર્મો સામે ના જોતાં જીવોની આતુરતા-દીનતા સામે જુએ છે. શ્રીગુંસાઈજી યમુનાષ્ટપદીમાં લખે છે, હે મા યમુને ! તેં મારા પ્રભુને ગોકુલ જવા માર્ગ આપ્યો. વ્રજકુમારિકાઓની કામના પૂરી કરી, તો હે મા ! રાસેશ્વર ભગવાન શ્રીકૃષ્ણ સાથેના મારા મિલન સામે જે કોઈ અંતરાય હોય તે કૃપા કરી આપ દૂર કરો. અને મને કૃષ્ણ ભક્તિ રૂપી ધન આપો.

૩૫૮ ટિપ્પણીજી-ટિપ્પણીમાં શ્રીસુબોધીજીનો મર્મભાવ બહુ સુંદર રીતે પ્રગટ કરવામાં આવ્યો છે. ટિપ્પણીજી શ્રીવિઠ્ઠલેશના હૃદયમાં બિરાજતા ભક્તિરસના પ્રવાહ રૂપ શ્રીયમુનાજી છે. એમાં આપે પ્રભુરસ પ્રગટ કર્યો છે. ભગવાનમાં રસનો અનુભવ કરાવનાર આ ગ્રંથ છે.

૩૫૯ શ્રીસ્વામિનીજી - રાધાજી સાક્ષાત્ આનંદનું (આલ્હાદિની શકિતનું) સ્વરૂપ છે. તેઓ ભક્તોને રસાનુભવ કરાવી શકે છે. તેઓ (આપ)ગોકુલની બધી ગોપીઓના વિરહ-સંયોગ ભાવનું ઘની ભૂતસ્વરૂપ છે. સ્વામિની સ્તોત્ર, સ્વામિન્યાષ્ટક, ભુજંગ પ્રયાતાષ્ટક, લલિત ત્રિભંગ સ્તોત્ર વગેર કાવ્યો વાંચતાં શ્રીગુંસાઈજીનું હૃદય મધુર, સરળ અને કલાત્મક છે તે દેખાઈ આવે છે.

૩૬૦ શ્રીગુંસાઈજીનું હૃદય કૃષ્ણરસામૃતથી ભરેલું છે. એ દિવ્યરસની છોળો આપશ્રીએ કરેલ પ્રભુના સ્વરૂપ વર્ણનમાં ઉડતી જોવા મળે છે. શ્રીગોપીજનોના હૃ દયમાં જેવા દિવ્ય લીલાભાવો બિરાજતા હતા તેવા જ ભાવો પ્રભુ ચરણના હૃદયમાં હિલોળા લેતા હતા. શ્રીગુંસાઈજીએ ભગવાનનાં રસાત્મક સ્વરૂપનો આનંદ જેટલો અનુભવ્યો છે. એટલો જ ગોપીજનો સિવાય બીજાઓએ ભાગ્યે જ અનુભવ્યો હોય. રસાત્મક બ્રહ્મના દર્શન કરીને આપશ્રીએ જે આધિદૈવિક આનંદ અનુભવ્યો તે રસાનંદનું પાન આપશ્રીએ અનેક ભક્તોને કરાવ્યું છે.

૩૬૧ શ્રીમહાપ્રભુજી રચિત-બ્રહ્મસૂત્ર ઉપર અણુભાષ્ય ભાગવતજી ઉપર સુબોધિનીજી, તત્વાર્થદિય નિબંધમાં ત્રણ પ્રકારણો છે, શાસ્ત્રોર્થ પ્રકરણ (૨) સર્વ નિર્ણય પ્રકરણ (૩) શ્રીભાગવતર્થ પ્રકરણ. અણુભાષ્ય, ગાયત્રીભાષ્ય, પુરૂષોત્તમનામ સ્તોત્ર, ત્રિવિધ નામાવલિ, પત્રાવલંબન ગ્રંથ,

શિક્ષાશ્લોકા, પ્રકિર્ણગ્રંથોમાં મધુરાષ્ટકમ્ કૃષ્ણાષ્ટકમ્, નંદકુમારાષ્ટકમ્, ન્યાસાદેશ, ભાગવત્ પીઠીકા, પૂર્વમિમાંસા કારિકા, પંચશ્લોકી,શ્રુતિગીતા, લગભગ નાના મોટા ૩૫ ગ્રંથો લખેલા છે. આ ઉપરાત ષોડશગ્રંથો જે "વલ્લભ ગીતા" નામે ઓળખાય છે.

૩૬૨ શ્રીગુંસાઈજીએ શ્રીગિરિધરજીને તિલકાયત તરીકે સ્થાપ્યા. શ્રીમથુરાધીશ ઉપરાંત શ્રીનાથજી અને નવનિત પ્રિયાજીની સેવા એમના માથે પધરાવી. સાતે બાળકોના માથે સાતે નિધિસ્વરૂપો પધરાવી આપ્યા. પરંતુ નિત્યલીલામાં પ્રવેશ કરતાં પહેલાં આપશ્રીએ ચતુર્થ પુત્ર શ્રીગોકુલેશજીને શ્રીકંઠની માળા આપી, માર્ગના ગ્રંથો પણ તેમને સોંપ્યા હતા, અને શ્રીનાથજી તથા શ્રીનવનિતપ્રિયાજીની સેવામાં રહેવાની તથા નાના પુત્ર ઘનશ્યામજીની સંભાળ રાખવાની આજ્ઞા પણ શ્રીગુંસાઈજીએ શ્રીગોકુલનાથજીને કરી હતી. શ્રીગોકુલેશજીમાં શ્રીમહાપ્રભુજીનો અંશ અવતર્યો હોવાની માન્યતા સંપ્રદાયમાં પ્રચલિત છે. આપશ્રીના અંતરંગ ભક્તો આપને ભગવાનનો અવતાર માને છે. આપશ્રી માલા-તિલકના રક્ષણહાર હતા. આપશ્રીએ શ્રીવલ્લભ અને શ્રીવિઠ્ઠલના ગ્રંથો ઉપર ટીકા લખી છે.

આપશ્રીએ સ્વતંત્ર ગ્રંથ નથી લખ્યા. આપે સંસ્કૃત અને વ્રજભાષામાં સાહિત્ય લખ્યું છે. શ્રીગુંસાઈજી વારંવાર પોતે લખેલું સાહિત્ય શ્રીગોકુલનાથજીને તપાસવા આપતા અને આપશ્રીની સલાહ પણ લેતા હતા.

આપશ્રીના પ્રબળ પ્રતાપે પુષ્ટિમાર્ગ ખૂબ ફૂલ્યો-ફાલ્યો અને ટકી રહ્યો.

૩૬૩ શ્રીપુરૂષોત્તમજી-ચતુર્થપ્રમાણ-દશ દિગંત વિજયી પુરૂષોત્તમજી મહારાજ સંપ્રદાયની ત્રીજી ગાદીમાં પ્રગટ્યા પરંતુ દત્તક વિધાનથી છઠ્ઠી ગાદી પર બિરાજ્યા. (ગો. શ્રીવ્રજરાયજી નિઃસંતાન હોવાથી) આપશ્રી નાના હતા-કિશોર વયના ત્યારે કોઈ માયાવાદીના આહવાનને સ્વીકાર્યું. આપે ત્રણ દિવસ અખંડ સર્વોત્તમજીના પાઠ કર્યા. શ્રીવલ્લભ-શ્રીગુંસાઈજી પ્રગટ થયા. શ્રીબાલકૃષ્ણ પ્રભુને પણ પ્રગટ થવું પડયું. આમ ત્રણેય સ્વરૂપની કૃપાથી આપ માયાવાદી સાથે શાસ્ત્રાર્થમાં જીત્યા અને શુદ્ધાદ્વૈત- વાદની પ્રતિષ્ઠા કરી. આપશ્રી **"પ્રમાણ સાગર પુરૂષોત્તમજી"** નામથી સંપ્રદાયમાં જાણીતા છે. પ્રવાસ દરમ્યાન આપ ગાડાં ભરી પોતાની સાથે પુસ્તકો રાખતા. સાથે ઘણા લહીયા (પુસ્તકો લખનાર) રાખતા, અને એક સાથે ત્રણ-ચાર ગ્રંથોનું લેખન કરાવતા, તેમજ જે વિચારો સ્ફુરે તેની નોંધ કરાવતા. આમ આપને વિદ્યા પ્રત્યે ખૂબ અનુરાગ હતો. આપે સંપ્રદાયના પૂર્વકાલીન અને સમકાલિન વિધ્વાન આચાર્યોના ગ્રંથોનું અવલોકન અને અધ્યયન ખૂબ ઝીણાવટ પૂર્વક અને માર્મિક રીતે કર્યું હતું. આપશ્રીએ સમગ્ર ભારતનો પ્રવાસ કર્યો હતો. અને તે દરમ્યાન આપશ્રી વિદ્વાનો, પંડિતો, આચાર્યો સાથે શાસ્ત્રાર્થ કરતા અને વિવાદમાં જીતી વિજય પત્રો પ્રાપ્ત કરતા. સારાયે ભારતમાં વિજય ડંકો વગાડયો અને

આપશ્રી **"દશ દિગંત વિજયી"** તરીકે સારા ભારતમાં પ્રસિધ્ધ થયા. **આ પુષ્ટિમાર્ગ સ્થાપ્યો શ્રીવલ્લભે, વિસ્તાર્યો શ્રીવિઠ્ઠલે, ટકાવ્યો શ્રીગોકુલનાથજીએ અને પ્રમાણ્યો શ્રીપુરૂષોત્તમજીએ.** આપશ્રીએ નવલાખ શ્લોકનું સાહિત્ય રચ્યું છે. તે ગુણવત્તાની દષ્ટિએ સર્વોત્તમ છે. આપશ્રી પુષ્ટિમાર્ગમાં બધા રહસ્યોના જાણકાર હતાં. તેથી પંડિત ગટુલાલજીએ આપને **;સર્વતંત્ર સ્વતંત્ર"** નું બિરૂદ આપ્યું છે. સર્વતંત્ર એટલે સર્વ પ્રકારના જ્ઞાનના જાણકાર અને સ્વતંત્ર એટલે સ્વતંત્ર પણે નિર્ણય લેનાર. (કોઈના દોર્યા ન દોરાતા) સ્વતંત્ર નિર્ણય કરનારનું ઉત્તમ ઉદાહરણ એ છે કે આપશ્રીએ "અણુભાષ્ય પ્રકાશ" ગ્રંથની રચનાના પ્રારંભે શ્રીમહાપ્રભુજીના જ્યેષ્ઠ પુત્ર શ્રીગોપીનાથજીને વંદન કર્યું છે.

શ્રીવલ્લભ પ્રતિનિધિ તેજોરાશીં દયાર્ણવમ ।
ગુણાતીતં ગુણ નિધિં શ્રીગોપીનાથમ્ આશ્રયે ॥

સુરતની ગાદીમાં જ આપશ્રીએ શ્રીગોપીનાથજીનો પ્રાકટ્ય મહોત્સવ ઉજવવાનો પ્રારંભ કર્યો છે. આપશ્રીની સ્વતંત્ર નિર્ણય શકિતનું બીજું ઉદાહરણ પણ મળે છે. આપશ્રી સ્પષ્ટ માને છે કે, "અણુભાષ્ય" ના રચનાર શ્રીમહાપ્રભુજી અને શ્રીગુંસાઈજી એ બેજ પુષ્ટિમાર્ગના આચાર્યો છે. એમના વંશજો ગુરૂ નથી ગુરૂદ્વાર છે.

૩૬૪ પુષ્ટિમાર્ગની વિભૂતિઓ (૧) શ્રીગોપીનાથજી (૨) શ્રીહરિરાયજી (૩) શ્રીગોપેશ્વરજી.

૩૬૫ તુલસીદાસ બ્રાહ્મણ (વાર્તા - ૨૪૬)
(આઠમા લાલજીના નામે જાણીતા છે.)

તેઓ શ્રી ગુંસાઈજીના જલઘરિયાના પુત્ર હતા. તેમનાં માતા-પિતા બચપણમાં જ ગુજરી ગયા હતા. આથી શ્રીગુંસાઈજીએ તેમનું પાલન પોષણ કર્યું હતું. એટલું જ નહીં પરંતુ, પોતાના લાલજીની માફક બાલતુલસીને પણ તેઓ લાલજી કહેતા. એટલે તુલસીદાસજી એમ માનતા કે, **"હું પણ શ્રીગુંસાઈજીનો બાલક છું".**

પછી શ્રીગુંસાઈજીએ પોતાના સાતેય લાલજીને માથે સેવા પધરાવી, ત્યારે તુલસીદાસને લાગ્યું કે મારે માથે સેવા ન પધરાવી. આથી શ્રીઠાકોરજીએ શ્રીગુંસાઈજીને આજ્ઞા કરી કે તુલસીદાસને પણ સેવા પધરાવી આપો. એમના દ્વારા અનેક જીવોનો ઉદ્ધાર થવાનો છે. આથી શ્રીગુંસાઈજીએ નિ.લી. શ્રીગોપીનાથજીના ઠાકોરજીની સેવા તેમને માથે પધરાવી આપી. પછી સિંધ દેશમાં જઈ દૈવી જીવોને પુષ્ટિમાર્ગનો બોધ કરવાનો તથા અષ્ટાક્ષર મંત્ર સંભળાવવાની આજ્ઞા કરી.

તુલસીદાસજી બહુ ભોળા હતા. તેમણે લાલજી નામ ધારણ કર્યું, એકવાર સ્નાન કરી શ્રીઠાકોરજીને ભોગ ધરાવ્યો પછી વિનંતી કરી "રાજ આજ રોટલી લૂખી છે", છતાં આપ તે આરોગો. નહીં આરોગો તો હું શ્રીગુંસાઈજીને કહી દઈશ. તેમનાં આવાં ભોળા સ્નેહાળ વચનો સાંભળી શ્રીઠાકોરજીએ રોટલી આરોગી અને કહ્યું, "શ્રીગુંસાઈજીને ન કહીશ મને તેમની બીક લાગે છે.

પછી તેઓ શ્રીઠાકોરજીને પધરાવી સિંધ ગયા. આજ સુધી તેમના વંશજો સિંધમાં હતા, પરંતુ પાકિસ્તાનનું નિર્માણ થતાં તેઓ ભારતમાં આવ્યા. તેઓ આઠમા લાલજીવાળાના નામથી ઓળખાય છે.

તા. ક. : ઘણું બધું બાકી છે. માફ કરશો
નયનાના "જયશ્રી કૃષ્ણ"

"જયશ્રી કૃષ્ણ"

॥ શ્રી લાડીલેશાય નમઃ ॥

॥ શ્રી ગોપીજન વલ્લભાય નમઃ ॥

શ્રી વલ્લભાખ્યાન-સાર

વિષય-સૂચિ

રત્નકણિકા

- આઠ પ્રહરમાંથી એક પ્રહર પ્રભુની સેવા-સ્મરણ માટે જુદો રાખવો.
- દંભ, અભિમાન, લોભ, મોહ અને વાસનાથી અલિપ્ત રહેવું.
- ભગવાન બધામાં બિરાજી રહ્યા છે. એવી દ્રઢ ભાવના રાખવી.
- પ્રભુ પ્રત્યે સર્વદા દીનતા ભાવ ધારણ કરવો.
- જીવનની ક્ષણે-ક્ષણે સત્યનું પાલન કરવાથી પ્રભુ પ્રસન્ન થાય છે.
- મોહ-માયાથી છૂટવું એનું નામ જ જીવનની સાર્થકતા અને મોહ-માયાથી છૂટવાનો અનુપમ માર્ગ તે ભગવાન શ્રીકૃષ્ણની પરમ ભકિત છે.
- પ્રેમ કરવા લાયક તો એક ઈશ્વર છે. સેવા કરતા હૃદય પીગળે અને આંખમાંથી આંસુ નીકળે તો માનજો સેવા કરી.

આ કાવ્યગ્રંથ સુંદર, પ્રેરક અને ગૂઢરસથી ભરેલો છે. તેમાં શ્રીમદ્ વલ્લભાચાર્યજીના સ્થાપિત પુષ્ટિમાર્ગના બધાજ સિદ્ધાંતો આવી જાય છે. ૮૪-૨૫૨ વાર્તા પ્રસંગોના સૂક્ષ્મ ભાવરૂપમાં બાળકવિએ આ નવાખ્યાન ગાયા છે. ગોપાલદાસજી એ જ્યારે વલ્લભાખ્યાન ગાયું ત્યારે તેમની બાલ્યાવસ્થા હતી એટલે તેઓ બાળકવિ તરીકે ઓળખાતા હતાં. પોતે પૂર્વ જન્મમાં જુનાગઢમાં ભક્તકવિ નરસિંહ મહેતાને નામે જન્મેલા હતા. તે વખતે પોતાના કામ માટે પ્રભુને ખૂબ શ્રમ આપ્યો હતો. એટલે આ જન્મે તેઓ અંતીમને પામવા સ્વતઃમુંગા રહ્યા હતાં."પ્રભુચરણ શ્રીગુંસાઇ"ની કૃપાથી તેમને જ્ઞાન થયું, વાચા મળી અને નવાખ્યાન ગાવા ચાલુ કર્યાં.

હવે આપણે દરેક આખ્યાન અંગે જે જે ગૂઢ ભાવના રહેલી છે તે અવલોકીયે.

નવ ખ્યાનના વિષયો

- **પહેલા** આખ્યાનમાં પૂર્ણ પુરૂષોતમ સ્વરૂપે જે ક્રિડા કરી તેનું વર્ણન છે.
- **બીજા** આખ્યાનમાં શ્રી મહાપ્રભુજીના અલૌકિક સ્વરૂપ વિશે, જીવન ચરિત્ર વિશે તેમજ ગુણગાનનું વર્ણન છે.
- **ત્રીજા** આખ્યાનમાં શ્રી વિઠ્ઠલેશ પ્રભુનું પ્રાગટય સ્થળ તેમજ લીલાનું વર્ણન છે.
- **ચોથા** આખ્યાનમાં શ્રી વિઠ્ઠલેશપ્રભુના ગુણોનું વર્ણન તેમજ આપશ્રી, શ્રી ગોવર્ધનનાથજી તેમજ ગોલોકવાસી પૂર્ણ પુરૂષોતમ શ્રી કૃષ્ણચંદ્ર એક જ છે.
- **પાંચમું** આખ્યાન પુષ્ટિમાર્ગીય સિદ્ધાંતોને અનુસરીને છે. અને નિવૃત્તિમાર્ગનું પરિપાલન કરે છે.
- **છઠ્ઠા** આખ્યાનમાં શ્રીપ્રભુનો યશ ગાયો છે અને એ પ્રમાણે શ્રીપ્રભુનો યશ ગાવાથી જીવને તદ્રુપ થવાનું ભાન થાય છે અને આનો પાઠ કરવાથી માનસી સેવા સિધ્ધ થાય છે.

- **સાતમા** આખ્યાનમાં રોજની સેવા રીતિ, વસ્ત્રો, અલંકાર, સામગ્રી સિધ્ધ કરવાની રીતનું વર્ણન છે.
- **આઠમા** આખ્યાનમાં શ્રીવિઠ્ઠલેશપ્રભુનું સંપૂર્ણ મહાત્મ્ય, સ્વરૂપ અને ચરિત્રનું વર્ણન છે.
- **નવમાં** આખ્યનમાં શ્રીઆચાર્ય મહાપ્રભુજીના પરિવારનું વર્ણન છે.

આખ્યાન: પહેલો

પહેલા આખ્યાનમાં પૂર્ણપુરૂષોતમ સ્વરૂપે જે ક્રીડા કરી તેનું વર્ણન છે. પહેલું આખ્યાન બાળકવિએ **"કેદારા"** રાગમાં ગાયું છે. પ્રમેય બલથી વાચા ખુલતાં જ બાળકવિએ આપશ્રીને દંડવત કરી શ્રીપ્રભુયશ વર્ણન કરવાની આજ્ઞા માગી, અને તે આજ્ઞા મળતાં જ પ્રથમ આખ્યાનની શરૂઆત કરી. શરૂઆતમાં આપશ્રીને સપ્રેમ વંદન કરી (આપશ્રીએ પૂર્ણ પુરૂષોતમ સ્વરૂપે ઉતમ બ્રહ્મકૂળમાં અવતાર લીધો છે.) સારસ્વત કલ્પમાં પ્રભુએ જે જે સ્વતંત્ર ક્રીડા કરેલી, તેમાં શ્રીગોવર્ધનધર સ્વરૂપે શ્રી ગિરિરાજજી ધારણ કરી જે ક્રિડા કરી તે મુખ્ય છે તે વર્ણવે છે, વળી બાળ કવિ અદ્વૈત બ્રહ્મસ્વરૂપ તેજ અક્ષરબ્રહ્મ અને એજ નિર્ગુણ બ્રહ્મ છે એમ જણાવે છે. અને શ્રીગોર્વધનધર શ્રીગોવર્ધનાથજી શ્રી પૂર્ણપરૂષોતમ સ્વરૂપે તે બધાથી પર છે એમ કહે છે. વળી શ્રીવલ્લભ પ્રભુ તેમજ શ્રી વિઠ્ઠલેશ પ્રભુ બન્ને શ્રી પૂર્ણ પુરૂષોતમ સ્વરૂપ તેમજ **"શ્રી કૃષ્ણાસ્યમ્"** શ્રી પૂર્ણ પુરૂષોતમના મુખારવિંદરૂપ અગ્નિ અવતાર છે એમ બાળકવિ સૂચવે છે. શ્રી વલ્લભપ્રભુએ તેમજ

શ્રીવિઠ્ઠલેશપ્રભુએ દશે દિશામાં ફરી પર્યટન કરી વિજ્યરૂપે બ્રહ્મવાદરૂપ શુદ્ધાધ્વૈત સિદ્ધાંતનું પ્રતિપાલન કર્યું છે.

શ્રી વિઠ્ઠલેશ પ્રભુએ મુખ્ય ચાર કાર્યો કરેલ છે. (૧) ભકિત અને માયાની ભિદતા દર્શાવી (૨) દૈવી જીવોને આસૂરી સૃષ્ટિમાંથી ખેંચીને આપેલું શરણ (૩) શ્રીપૂર્ણ-પુરૂષોતમે સારસ્વત કલ્પમાં ગૌલોક વિશે શ્રી યમુનાજી, શ્રી વૃંદાવન તેમજ શ્રી ગિરિરાજજી ઉપર જે જે લીલા કરેલી તેનું પુનઃવર્ણન (૪) રાસ-મંડળ, વસંતોત્સવ આદિ અનેક લીલા કરીને પોતાના જીવોની સાથે જુદી જુદી ક્રીડા રૂપ રમણ કરેલું તે, તે અર્થયુકત (રીતે) પોતાના જ સેવ્ય સ્વરૂપ સાથે નિજજનોને પ્રત્યક્ષ દર્શન કરાવી ભકિતરસ-શૃંગારરસ સ્વરૂપ સંસ્કૃતિની પુનઃસ્થાપના કરી છે.

આ પ્રમાણે બાળકવિને જે જે પ્રત્યક્ષ દર્શન તે સમયે તેજ કિડાના થયા છે તે આ આખ્યાનોમાં જણાવેલુંછે. શ્રી આચાર્ય મહાપ્રભુજીએ પુષ્ટિમાર્ગ પ્રકટ કર્યો છે જ્યારે શ્રીવિઠ્ઠલેશ પ્રભુએ સેવા માર્ગની પ્રણાલિકા રચીને તેને દ્રઢ સ્થાપતિ કર્યો છે. પુષ્ટિમાર્ગના સિદ્ધાંતોમાં પ્રથમ **(૧) બ્રહ્મવાદનું સ્થાપન (૨) પુષ્ટિ ભકિતનો વિસ્તાર (૩) દૈવી તેમજ આસુરી સૃષ્ટિનું નિરૂપણ (૪) શ્રીપુરૂષોતમની સેવા અને કથારસથી ઉત્પન્ન થતી દઢતા અને (૫) ભકિતમાર્ગીય જીવોનો ઉદય.** આ પાંચ કાર્યોનો શ્રી ઠાકોરજીની ઈચ્છાનુસાર શ્રીવિઠ્ઠલેશ પ્રભુએ પ્રગટ થઈને પ્રત્યક્ષ અનુભવ નિજજનોને કરાવ્યો છે. આપશ્રી ભૂતલ વિશે પરમ આર્દ્ર-દયાળુ સ્વરૂપે પ્રગટ થયા છો.તે સમયે પ.ભ. ભઈલા કોઠારીને ત્યાં બિરાજેલાં શ્રીવિઠ્ઠલેશ પ્રભુ તેમજ બેઠેલા અન્ય સઘળાં વૈષ્ણવો આ પહેલું આખ્યાન સાંભળી ઘણાજ પ્રસન્ન થયાં.

આખ્યાન: બીજો

બીજા આખ્યાનમાં બાળકવિ શ્રી આચાર્ય મહાપ્રભુના અલૌકિક સ્વરૂપ વિશે તેમજ જીવન ચરિત્ર વિશે તથા ગુણગાનનું વર્ણન કરે છે. આ આખ્યાનની ૨૮ ટૂંકો તે શ્રીવલ્લભપ્રભુના શ્રીપૂર્ણ પુરૂષોતમના ૨૮ ગુણયુકત તત્વોના સારરૂપ છે. સવારનો સમય હોવા છતાં પ્રથમ આખ્યાન બાળકવિએ કેદારા રાગમાં ગાયેલાનું ભાન થતાં બીજું આખ્યાન **"રામકલિ રાગમાં"** ગાય છે.

પ્રાતઃ કાળના સમયમાં ભકિત કરવાથી નવધાભકિતની સિદ્ધતા સાથે દશમી પ્રેમ લક્ષણા ભકિત સ્ફૂર્યમાન થાય છે. અને એ સ્મૃતિ આવવાથી બીજું આખ્યાન રામકલી રાગમાં ગાવાની શરૂઆત કરે છે.

શ્રી આચાર્યાજી મહાપ્રભુજીના સ્મરણ માત્રથી દુષ્કૃતોનો નાશ થાય છે. આપશ્રીના ચરણના શરણ વિના આ દુરસ્ત કલિયુગમાંથી જીવને ઉગરવાનો બીજો કોઇ ઉપાય જ નથી. એમ જણાવી જેવી રીતે વેદની શ્રુતિઓમાં શ્રીપૂર્ણપુરૂષોતમના

ગુણોની સ્તુતિ કરેલી છે. તેવીજ રીતે આ બીજા આખ્યાનમાં શ્રી વલ્લભપ્રભુના ગુણોનું જ વર્ણન કરેલું છે. આ પ્રમાણેનું વર્ણન બ્રહ્મા, શંકર આદિ દેવોપણ કરી શકતા નથી એ પ્રમાણે બાળકવિ જણાવે છે. વળી શ્રીવલ્લભપ્રભુ વિના માયાવાદરૂપી અંધકારનો નાશ કોઈપણ કરી શકે તેમ નથી. આપશ્રી સઘળા વેદ, પુરાણ, ઉપનિષદ, ઉપપુરાણના જ્ઞાતા હતા. તેમજ શ્રી ઠાકોરજીએ-શ્રીગોવર્ધનનાથજીએ સ્વતઃપ્રકટ થઈ તેઓશ્રીની આજ્ઞા મુજબ દૈવી જીવોને બ્રહ્મસબંધ રૂપ દીક્ષા આપીને સિદ્ધાંત દઢ સ્થાપિત કર્યો. વળી આપશ્રીએ પૃથ્વી પરીક્રમા કરી દશે દિશામાં પોતાનો વિજય પ્રાપ્ત કર્યો છે. પ્રથમ માયાવાદી પંડિતોને નિરૂતર કર્યા, પછી આગળ પોતાના જીવોને ભજનાનંદનું દાન દેતા તેમજ અનેક પ્રાંતોને પાવન કરતા પૃથ્વી પરિક્રમાને કારણે આપશ્રી દક્ષિણમાં પધાર્યા. ત્યાં કૃષ્ણદેવ રાજાની સભામાં માયાવાદનું ખંડન કરી વિજય મેળવી ભકિતમાર્ગનું સ્થાપન આપશ્રીએ કર્યુ છે. તે રાજાએ આ વિજયના માનમાં આપશ્રીનો કનકાભિષેક કર્યો. પણ આપશ્રી માયાથી પર છો એટલે તે સઘળા સુવર્ણનું દાન ત્યાં પ્રસંગ વખતે હાજર રહેલા સર્વ પંડિતો તેમજ બ્રાહ્મણોને સ્નાનજળવત્ જણાવી વહેંચી આપ્યું. આ ઉપરાંત રાજાએ સુવર્ણ મહોરો ભરેલો થાળ ભેટ ધર્યો તો તેમાંથી સાત મહોરોને દૈવી દ્રવ્ય જણાવી અંગિકાર કરી, ત્યાંથી આપ દક્ષિણમાં ક્ષિપ્રા નદીને કિનારે પંઢરપુર પધાર્યા. આ સ્થળે પ્રભુશ્રી વિઠ્ઠલનાથની આજ્ઞા મુજબ આપશ્રીએ ગૃહસ્થાશ્રમ અંગિકાર કરવાનું વચન આપ્યું અને આપશ્રી પોતાના વતન તરફ પાછા પધાર્યા. પ્રભુ શ્રીવિઠ્ઠલનાથે પાછું જણાવ્યું કે તેમને ત્યાં બે બાળકોનું પ્રાગટય થશે. તેમાં પ્રથમ પુત્ર શ્રીગોપીનાથજી રૂપે બળદેવજી અને દ્વિતીય પુત્રરૂપે શ્રીવિઠ્ઠલેશ પ્રભુનામે શ્રીકૃષ્ણચંદ્ર

સ્વયં (શ્રી વિઠ્ઠલનાથજી પોતે)પ્રગટ થશે. ત્યાર બાદ બાળકવિએ શ્રી ગિરિરાજજી ઉપર શ્રીમહાપ્રભુજી તેમજ શ્રીગોવર્ધનનાથજીના થયેલ મિલનનું વર્ણન કર્યુ. આમ બીજા આખ્યાનનું વર્ણન કરતાં બાલકવિને **શ્રીવલ્લભપ્રભુના પ્રાકટય લીલાના દર્શન થયાં એ સિદ્ધ થાય છે.**

આખ્યાન: ત્રીજો

ત્રીજા આખ્યાનમાં શ્રી વિઠ્ઠલેશપ્રભુનું પ્રાગટય સ્થળ તેમજ લીલાનું વર્ણન કરવા-સ્તુતિ કરવા બાળકવિ આજ્ઞા માગે છે.

પ્રથમ પ્રાગટય સ્થળ નિજધામ ચરણાદ્રિનું વર્ણન કરે છે. આ દશ્ય તથા સ્થાન ઘણું સુંદર છે. તેમજ મુખથી વર્ણન ના કરી શકાય તેવું છે. કયાં બાળકવિની નવ વર્ષની વય ?

અને કયાં શ્રી વિઠ્ઠલેશ પ્રભુનું પ્રાકટય? સંવત ૧૫૭૨ તે સ્થળ અને સમય પ્રત્યક્ષ જોઇને પણ વર્ણન ના થઇ શકે **આ ત્રીજુ આખ્યાન** બાળકવિએ **"ધનાશ્રી"** મંગળ સૂચક રાગમાં ગાયું છે. તેનો આલાપ **"આ"** શબ્દથી જણાવી વૈષ્ણવ વૃંદને કહે છે કે તમે પણ શ્રી વિઠ્ઠલેશપ્રભુ વિશે દ્રઢ વિશ્વાસ રાખો, જેથી સઘળી ભાવનાના દર્શન તરતજ તમારા હ્રદયમાં ઉત્પદ થશે. એટલે કે નજરો નજર દેખાશે. આપશ્રીના પ્રાગટય સમયે ભકત ગોપીજનોના જૂથથી ગવાયેલાં ગીત, સૂતિકાસદનના દર્શન, દેવ વાજીંત્ર-ધ્વનિ, સઘળાં દેવોએ તે સમયે કરેલી પુષ્પવૃષ્ટિ તથા

સ્તુતિ, આ સઘળી લીલા સામગ્રીના દર્શન ત્યાં થતાં હોય એવું દશ્ય હજુ પણ ચરણાટમાં છે. બેઠકજીના મુખ્ય દ્વાર પરથી અંદર જતાં જ બધા દેવતાઓની મૂર્તિઓ નજરે પડે છે. શ્રી કૃષ્ણચંદ્રના પ્રાગટય વખતે જેવો આનંદ શ્રીગોકુલમાં થયેલો તેવો જ આંનદ શ્રીવિઠ્ઠલેશ પ્રભુના પ્રાગટય સમયે થયો છે. શ્રીકૃષ્ણજન્મ વખતના જે જે પ્રસંગો શ્રીમદ્ ભાગવતમાં વર્ણવેલા છે તેનું વર્ણન શ્રી આચાર્ય મહાપ્રભુજીએ શ્રી સુબોધિનીના ત્રીજા અધ્યાયના શ્લોક ૧ થી ૬ માં વર્ણવેલું છે.

જે વર્ણન ઐશ્વર્ય, વીર્ય, યશ, શ્રી જ્ઞાન અને વૈરાગ્ય ષટગુણયુકત રૂપ છે. આ સઘળી ભાવનાના દર્શન બાળકવિને આ ત્રીજું આખ્યાન ગાતી વખતે થયેલ છે. ભકતમુનિ કવિશ્રી શુકદેવજી, ગર્ગાચાર્ય, કુશળગુણકમુનિ પણ તે સમયે ત્યાં દર્શન કરવા પધારેલ હોવાનું દશ્ય દેખાય છે.

આ આપશ્રીની પ્રાકટય લીલાનું જે ભકતજન-જીવ ગાન કરશે તેને જરૂર **શ્રી ઠાકોરજીની સારસ્વત કલ્પની લીલાનો અનુભવ થશે. તેમજ તે જીવોનો આ દેહથી નીજલીલામાં શ્રીગોપીજનોની સાથે અંગિકાર થશે.** આ આખ્યાન "ધનાશ્રી" રાગ શૃંગાર-પાલનનાના સમયનો સંયોગાત્મકં રૂપ દર્શાવતો હોવાથી જીવને શ્રી પ્રભુ વિશે સંયોગ રસનું ભાન કરાવે છે. આ આખ્યાનની દરેક ટૂંકમાં બાળકવિએ "આ" શબ્દ વાપર્યો છે તે પ્રત્યક્ષ દર્શન સૂચક છે. અને કેટલો અનુગ્રહ રૂપ છે તેનું વૈષ્ણવોં જરૂર મનન કરશો.

આખ્યાન: ચોથો

ચોથા આખ્યાનમાં શ્રી વિઠ્ઠલેશપ્રભુના ગુણોનું વર્ણન સાથે આપશ્રી (શ્રી વિઠ્ઠલેશપ્રભુ), શ્રી ગોવર્ધનનાથજી તેમજ ગોલોક વાસી શ્રી પૂર્ણપુરૂષોત્તમ, આ ત્રણે અકજ સ્વરૂપ છે એમ વર્ણવે છે. આ આખ્યાનમાં પ્રથમ ટૂંક ધૃવપદ સહિત બીજી બાર ટૂંકો ગાઈ છે. તેમાં શ્રી ગોવર્ધનનાથજીના સ્વરૂપના દ્વાદશ અંગ વિશે કહે છે. એજ શ્રીમદ્‌ભાગવત સંહિતાના બાર સ્કંધ તથા દરેક સ્કંધની જુદી જુદી લીલા સામગ્રીનું બાલકવિ વર્ણન કરે છે. માટે આ આખ્યાન શ્રીમદ્ ભાગવત સ્વરૂપ મનાય છે.

"ચોથું આખ્યાન" ભૂપ કલ્યાણ" રાગમાં ગાયું છે. શ્રી વિઠ્ઠલેશ પ્રભુ સાક્ષાત્ પૂર્ણ પુરૂષોતમ સ્વરૂપ છે, અને આપશ્રીના ચરણારવિંદ, ત્રણે ભુવન સ્વર્ગ, મૃત્યુ અને પાતાળના વિશે મંગળકારી પૂર્ણ આનંદરૂપ છે. જેથી આધુનિક સૃષ્ટિના જીવના સઘળા દોષ માત્ર આપશ્રીના નામ સ્મરણથી જ નિવૃત થાય છે. શ્રી ઠાકોરજીએ જેવી જેવીરીતે નિત્ય નિત્ય નૌતમ લીલા કરી

છે તેવી જ રીતે શ્રી વિઠ્ઠલેશ પ્રભુએ પણ કરી છે. ગોલોકમાં જેમ ગોપીજનોનો આધાર શ્રી કૃષ્ણચંદ્ર છે. તેવી જ રીતે આ કલિકાલમાં વૈષ્ણવ સૃષ્ટિનો આધાર શ્રી વિઠ્ઠલેશપ્રભુ છે. **સેવા અને સત્સંગ હંમેશાં કરવાં** એ આપશ્રીનો આદેશ છે. તેવી જ રીતે આ આખ્યાનની છેલ્લી ટૂંકમાં બાળકવિ જણાવે છે કે **"ભક્તજન પદરજથી"** જીવનો ઉદ્ધાર થશે જ.

આખ્યાન: પાંચમો

પાંચમું આખ્યાન બાળકવિએ **"સામેરી"** રાગમાં ગાયું છે.

આ રાગ રાત્રીના પૂર્વાર્દ્ધ સમયનો છે. જે સમયે સૃષ્ટિના જીવો નિવૃતિ ભોગવે છે અગર ભોગવવાની શરૂઆત કરે છે. આ આખ્યાન નિવૃતિ માર્ગનું પરિપાલન કરે છે. અથવા બોધ આપે છે. શ્રી વિઠ્ઠલેશપ્રભુએ માયામતનું ખંડન કરીને ભકિત માર્ગને દઢ સ્થાપિત કર્યો એ વાત જણાવી છે. આ આખ્યાન પુષ્ટિ માર્ગીય સિદ્ધાંતોને અનુસરીનેજ છે, જીવ જો તેનું મનન કરે-આ આખ્યાનનો પાઠ કરે તો જરૂર આ સિદ્ધાંતો સ્ફૂર્યમાન-હ્રદયારૂઢ થાય એવું દીનતાપૂર્વક બાલકવિ જણાવે છે. **બીજું ૮૪-૨૫૨ ભગવદીયોને જેવી રીતે ચરણ શરણ થવાથી વિયોગનું નિવારણ થયું તેવી જ રીતે આ આખ્યાનનું ભાવ પૂર્વક ગાન અને મનન કરશે તો શરણસ્થ જીવને પણ વિયોગનું નિવારણ થશે.** શુદ્ધ પુષ્ટિ ભકિત પ્રાપ્યસ્થાનો-વ્રજભૂમિ-જે શ્રી વૃંદાવન, શ્રીગોકુળ- મથુરા- મહાવન તથા શ્રી ગિરિરાજજી, શ્રી યમુનાજીતટ વિગેરે સ્થળનું વર્ણન કરેલું છે, કે જ્યાં અહર્નિશ શ્રી ઠાકોરજી બિરાજીને

રાસ આદિ ક્રીડા કરે છે. તેમજ શ્રી ગિરિરાજજી રત્નધાતુમય છે. ગોવિંદકુંડ દૂધથી ભરેલો છે. વગેરે ઘણા વર્ણન છે. અને ૮૪-૨૫૨ વૈષ્ણવોને તેના પ્રકટ દર્શન કરાવીને કૃતાર્થ કર્યા છે.

"આ આખ્યાનનું વધુ ને વધુ મનન કરવાથી શ્રી વિઠ્ઠલેશ પ્રભુ તેમજ શ્રી ઠાકોરજી પ્રત્યે દૃઢ આસક્તિ થાય છે".

આખ્યાન: છઠ્ઠો

છઠ્ઠા આખ્યાનનો રાગ **"પરજ"** છે.મધ્ય રાત્રી પછીનો સમય એટલે ત્રીજા પ્રહરનો કાળ છે. તે સમયે જીવ ગાઢ નિદ્રારૂપી અંધકારમાં ડૂબી જવાથી દીનતા પૂર્વક દર્શન આપવાની વિનંતી કરે છે. બાળકવિએ અહીં **"અહર્નિશ દર્શન આપોજી"** જણાવી શ્રી વિઠ્ઠલેશપ્રભુએ તેમજ શ્રી ઠાકોરજીએ જુદા જુદા સમયે જે જે ક્રીડા કરી છે તેના અહર્નિશ દર્શન થયા કરે એ પ્રમાણે માગણી - વિનંતી કરી છે. એટલે જીવનું મન સદા પ્રભુની ક્રીડામાં જ આસકત રહે એવું બાળકવિ વિનવે છે. નંદરાયજીને ત્યાં પ્રગટ થઈને શ્રી ઠાકોરજીએ જે જે ક્રીડાઓ-બાળલીલા, ગૌચારણલીલા-વનવિહાર, તેમજ રાસાદિ અનેક લીલા, વસંત અને દાનલીલાનો પ્રકાર, ગોપ બાળકો તેમજ ગોપીજનોની સાથે ક્રીડા દિનભર કર્યા બાદ સાયંકાળે ગોરજથી વિભૂષિત થઇ વનમાંથી પાછા પધારી નંદાલય તરફ આવવું તે દશ્ય - આ ઉપરાંત આપશ્રીની પાછા ફરતાં સમયની ગજગતિ ચાલ તથા કમલરૂપ નેત્રના પલકાર મારતું દશ્ય- માતાશ્રી જશોદાજીના બાલભાવમાં સંધ્યા આરતી

અને સેન આરતીની ભાવનાનું દશ્ય, જે ભાવનાના અષ્ટછાપ કીર્તનીયાએ રચેલા અષ્ટસમયના તેમજ વાર્ષિક ઉત્સવોની ભાવનાના બનાવેલા કીર્તનો-પદો-ઘોળ જે બધા જ લીલામય દર્શનયુકત રહેલાં છે. તેમજ જેમાં બહુજ ગૂઢરહસ્ય તેમજ ભાવ સહિતની લીલાઓ જણાવવામાં આવેલ છે તે ગૂઢરહસ્ય યૂકત વચન **"પ્રાતઃ પધારેને વ્હાલો નિશાએ આવે."** ને આજ ચરણમાં દ્વાદશ નિકુંજની ભાવના યુકત વચન **"વ્હાલો નિશાએ આવે"** તે આ ત્રણ શબ્દોમાંજ સમજાવેલ છે. આથી શ્રીસ્વામિનીજીની સાથે નિકુંજોમાંની ક્રીડાનું વર્ણન ભાવપૂર્વક વૈષ્ણવોના હૃદયમાં સ્થાપિત થાય છે. તેમજ સેનભોગ વખતે, જેમ બાળક પોતાની માતાની સાથે જેવો ગૂઢ પ્રેમ દર્શાવે છે તેવી જ ભાવના વૈષ્ણવ હૃદયમાં ઉત્પન્ન થયા બાદ જીવને માનસિક સેવા સિદ્ધ કરવાની ઉત્કંઠા થાય છે. ત્રીજા પહોરનો સમય એટલે ગાઢ નિંદ્રાના સમયના રાગમાં, ઉપર પ્રમાણે શ્રીપ્રભુનો યશ ગાવાથી જીવને તદ્રુપ થવાનું ભાન કરાવે છે. આ આખ્યાનનો પાઠ કરવાથી માનસિ સેવા સિદ્ધ થાય છે. અને છેલ્લે બાળકવિ ભાવપૂર્વક પ્રાર્થના કરી આ આખ્યાનની સમાપ્તી કરે છે.

આખ્યાન: સાતમો

સાતમું આખ્યાન પાંચમાં આખ્યાનની માફક **"સામેરી"** રાગમાંજ ગાયું છે. સઘળી દિવસની સેવાદિક તેમજ સાંસારિક ક્રિયાથી નિવૃત થઈને જીવને શ્રી ઠાકોરજી તથા શ્રી વિઠ્ઠલેશપ્રભુના સ્વરૂપનું ચિંતન કરવાનો સમય રાત્રીના બીજા પ્રહરનો ગણાય છે. રાત્રિના સમયે પ્રભુને કેમ શ્રમ અપાય ? તો શ્રી આચાર્યમહાપ્રભુજીએ તેમજ શ્રી ગુંસાઈજી આદિ મહાન પુરૂષોએ શ્રી પ્રભુનું અષ્ટ પ્રહાર ચિંતન કરવાનું કહેલું છે. પ્રભુને શ્રમ તે તો માત્ર બાહ્ય દષ્ટિ રૂપ માની શકાય. પ્રભુપ્રેરિત લાગણીને તે સાથે કાંઈજ સબંધ નથી. શ્રીઆચાર્યજી મહાપ્રભુજીએ આસૂર વ્યામોહલીલા કર્યા બાદ શ્રીવિઠ્ઠલેશપ્રભુ બાળસ્વરૂપે શ્રી ગોવર્ધનનાથજીની સેવા કરતા જે શ્રી ગોવર્ધનનાથજી પોતે આપશ્રીને શૃંગાર વિગેરે સેવાનો ક્રમ શિખવતા હતા. આ આખ્યાનમાં નિત્યની સેવા રીતિ, વસ્ત્ર, અલંકાર તેમજ સામગ્રી સિદ્ધ કરવાની (ઋતુ અનુસાર) રીત વગેરેનું વર્ણન છે. નિત્ય સેવા વિધિથી પ્રેમલક્ષણા ભકિતની સુદ્રઢતા સિદ્ધ થાય છે. આ આખ્યાનમાં રાજભોગ આરતી બાદ

અનોસર કરાવવાની ભાવના ઘણીજ સુંદર રીતે વર્ણવી છે. શ્રીવિઠ્ઠલેશપ્રભુ, શ્રીગોવર્ધનનાથજી, શ્રીઆચાર્યજી મહાપ્રભુજી-શ્રીવિઠોબા આ ચારેય એકજ સ્વરૂપ છે. ભગવત્ સેવા પોતે જાતે કરે તેમજ નિજભકતોને બતાવે. શ્રીગિરિરાજજી ઉપરનો નિત્ય સેવાક્રમ, શ્રીનાથજીમાં આપશ્રીની અતિરિકત આસકિત વગેરે બાળકવિએ જણાવી છે. તે ઉપરાંત પોતાનો સબંધ શ્રી પ.ભ. ભાઈલા કોઠારીના સબંધથી જ થયેલો તેથી પોતાની જાતને દાસનો દાસ જણાવેછે.

આખ્યાન: આઠમો

આઠમા આખ્યાન નો રાગ **"ધનાશ્રી"** છે. એ મંગળ સૂચક પૂર્ણ રાગ જે શૃંગારાત્મક નવજીવનની ભાવના સૂચવે છે. શ્રી પૂર્ણપુરૂષોતમે દ્રિજકુળમાં પ્રકટ થઈને શ્રી વલ્લભપ્રભુએ નિજલીલાના ૮૪ નિર્ગુણ ભકતોને તેમજ શ્રીવિઠ્ઠલેશપ્રભુએ નિજ ૨૫૨ વૈષ્ણવોને પોતાની નિજલીલામાં અંગીકાર કર્યા છે. તેમાં સ્ત્રી, યવન, શુદ્રાદિક, માછીમાર ઈત્યાદિક હીન જાતિને પરિવાર સહ શરણે લીધા છે. આ ઉપરાંત પ્રેતયોનિને પામેલા જીવોને પણ અંગિકાર કર્યા છે. જે દૈવી જીવોને આસૂરી જીવો સાથેનો ઓતપ્રોત જેવો સબંધ હતો તે આસુરી જીવોને, મોહ પમાડી દૈવી જીવનો ઉદ્ધાર કર્યો છે. **શ્રી વિઠ્ઠલેશપ્રભુનું સંપૂર્ણ મહાત્મ્ય સ્વરૂપ અને ચરિત્ર આ આખ્યાનમાં બાળકવિ એ વર્ણવેલ છે.** આપશ્રીએ વેદાધ્યન શિક્ષણ પણ સ્વયં કર્યુ છે. માતા અકકાજીના વાત્સલ્ય સ્નેહથી, તેમજ પ.ભ. દામોદરદાસ હરસાણીજીની પ્રેમલક્ષણા આસકિતથી સ્વમાર્ગની ગૂઢ ભાવનાનું શિક્ષણ મેળવીને આપશ્રી

એ પોતાનો યશ શ્રી આચાર્ય મહાપ્રભુજીની માફક દશે દિશામાં ફેલવ્યો છે. આપશ્રીને ત્યાં સાત બાળકોનું પ્રાગટય થયું છે. તે સાતે બાળકોને માથે તેમની આસકિત યુકત સાતનિધિ સ્વરૂપો પધરાવી આપેલ છે. આનું વર્ણન આઠમાં આખ્યાનની ભાવનામાં છે. આ સાતે નિધિ સ્વરૂપો શ્રીમદ્ ભાગવત સંહિતામા જણાવ્યા મુજબ શ્રી ઠાકોરજીની-શ્રી ગોવર્ધનનાથજીની ભગવદ્ લીલાઓના જ પ્રતીક સ્વરૂપો છે. જે આ આખ્યાનમાં મર્મિત વચનથી કહેલ છે. જીવાત્મા - આધિદૈવિક સ્વરૂપ- પ્રભુની જે લીલાની વધુ નિકટ હોય તેજ લીલા સ્વરૂપ દ્વારા તેનો ઉદ્ધાર થાય. અલિખાન અને તેની બેટી પીરજાદી ની આસકિત રાસ લીલામાં થઈ. જેથી તેને જે સ્વરૂપ પ્રાપ્ત થયું તે શ્રી લલીતત્રીભંગીજી છે. હાલમાં એ સ્વરૂપ મુંબઈમાં શ્રી ગોકુલાધીશજીના મંદિરમાં બિરાજે છે.આ ભાવનાસમજવા માટે તપ અને તાપ બન્ને જોઈએ. વિપ્રયોગાત્મક સ્વરૂપ શ્રીગોવર્ધનનાથજીની સેવા શ્રીગિરિરાજજી ઉપર થતી ત્યારે સંયોગાત્મક સ્વરૂપ શ્રી નવનીતપ્રિયાજી સહ સાતે નિધિ સ્વરૂપોની સેવા શ્રી ગોકુલમાં થતી હતી. છેલ્લે બાલકવિ જણાવે છે કે **"આપો ચરણ વિહાર"** એ પ્રમાણે શ્રી **વિઠ્ઠલેશપ્રભુને પ્રાર્થના કરી આ આખ્યાન પૂરૂ કરે છે. શ્રી ઠાકોરજીની-શ્રી વિઠ્ઠલેશપ્રભુની સઘળી લીલા નું ધ્યાન જ્યારે સેવકો હૃદયમાં ધરશે અને મનન કરશે, ત્યારે તે જીવો સંસારને પાર પામીને કૃતકૃત્ય થશે. અને શ્રી વિઠ્ઠલેશપ્રભુએ સેવા પ્રણાલિકામાં મગ્ન રહેવા માટે સતત આદેશ કરેલ છે.**

આખ્યાન: નવમો

નવમું આખ્યાન **"બિભાસ"** રાગમાં ગાયું છે. આ રાગ સૂર્યોદય સમયનો શ્રી ઠાકોરજીને જગાડયા બાદ ગાવાના સમયનો મંગળસૂચક છે. વૈષ્ણવોને પણ સવારે જાગતી વખતે શ્રી વલ્લભપ્રભુ તેમજ આપશ્રીના વંશ વિસ્તારનું હંમેશા સ્મરણ કરવાનું કહેવામાં આવે છે. આ આખું આખ્યાન કંઠસ્થ કરીને ગાવાનું બાળાકવિ કહે છે. બિભાસ રાગ મંગળા આરતીના દર્શન પછી શૃંગાર સમયે શ્રી ઠાકોરજીને ઉલ્લાસ પમાડનાર છે. તો શરણસ્થ જીવો પણ આ આખ્યાનનો પાઠ કરવાથી ઉલ્લાસ પામે એમાં નવાઈ જેવું નથી.

આ નવમા આખ્યાનમાં શ્રી આચાર્યજી મહાપ્રમુજીના પરિવાર વિશે માહિતી આપે છે. આ પરિવારના મુળ પુરૂષ શ્રી લક્ષ્મણભટ્ટજી સુધી પૂર્વ પિતૃચરણોને શ્રીમદ્ ભાગવત્રૂપ કલ્પવૃક્ષનં્ુ થડ કલ્પીને તે થડ ના અગ્રમધ્યભાગ રૂપ શ્રીઆચાર્ય મહાપ્રભુજી છે. પ્રથમ બે શાખા (ડાળીરૂપ) શ્રીગોપીનાથજી અને

શ્રી વિઠ્ઠલેશપ્રભુ છે. પ્રથમ લાલજી શ્રી ગોપીનાથજી ને ત્યાં એક લાલજી અને બે બેટીજીનું પ્રાકટય છે. આપશ્રીના માત્ર એકજ પુત્રનું નામ શ્રી પુરૂષોતમલાલજી છે. અને એઓશ્રીએ શ્રીપૂર્ણપુરૂષોતમ સ્વરૂપ શ્રી ગોવર્ધન-નાથની સેવા સંપૂર્ણ ભાવપૂર્વક કરી છે. તેમ બન્ને બેટીજી શ્રીલક્ષ્મીજી અને શ્રીસત્યભામાજીની તીવ્ર આસકિત સંયોગાત્મક સ્પરૂપશ્રી નવનીતપ્રિયાજી વિશે હતી. એ પ્રમાણે આ આખ્યાનની બારમી ટૂંકમાં બાળ કવિએ જણાવેલ છે.

દ્વિતીય લાલજી શ્રી વિઠ્ઠલેશપ્રભુને ત્યાં સાત લાલજી અને ચાર બેટીજીનું પ્રાકટય છે. આ સાતે બાળકોના પ્રાગટયોત્સવ વિશે તેઓશ્રીના સર્વ સ્વરૂપો વિશે આઠમાં આખ્યાનમાં વિસ્તૃત જણાવ્યું છે. આ આખ્યાનમાં તેઓશ્રીના ગુણો તેમજ વહુજી મહારાજના નામો બાળકવિએ જણાવ્યા છે. શ્રી વિઠ્ઠલેશપ્રભુના સાત લાલજી-શ્રી ગોવર્ધનનાથજી-પૂર્ણ પુરૂષોતમના સાતગુર્ણ- "ધર્મ, ઐશ્વર્ય, વીર્ય, યશ શ્રી, જ્ઞાન અને વૈરાગ્ય, તેમ દરેક લાલજી એક એક ગુણયુકત સ્વરૂપ છે. બાળકવિના હદય વિશે શ્રી વિઠ્ઠલેશપ્રભુનું જ સ્વરૂપ સ્થાપિત થયું હોવાથી આપશ્રીના બન્ને વહુજીના નામ આ આખા ગ્રંથમાં કોઈપણ સ્થળે આલેખાયા નથી. શ્રીમદ્ભાગવત વિશે પણ આ પ્રકાર પ્રસિદ્ધ છે. શ્રી ઠાકોરજી થી પ્રેરિત વ્યાસમુનિએ શ્રીમદ્ભાગવત ગ્રંથ રચ્યો છે. પરંતુ તેમાં કોઈપણ સ્થળે પ્રગટ સ્વરૂપે શ્રી રાધીકાજી કે શ્રી સ્વામીનીજીનું નામ પ્રસિદ્ધ નથી.

બાળકવિ જણાવે છે કે શ્રીઆચાર્યમહાપ્રભુજીના આખા પરિવારનું નામ સ્મરણ એક ક્ષણ વિશે પણ વિસરવું નહિ જોઈએ. તેઓનું પ્રાગટય સમસ્ત પરિવાર સહિત ભૂતલ ઉપર કળિયુગના દૈવી જીવો ઉપર આસૂરી જીવોના આવરણ રૂપ ભાર વધી જવાથી

તે દૈવી જીવોના ઉદ્ધાર માટે યુગલ સ્વરૂપના મુખાર્વિંદરૂપે થયું છે. અને તે સામર્થ્ય આપશ્રીએ પોતાના વંશમાં સ્વાપિત કરીને કોટાન કોટી દૈવીજીવોનો ઉદ્ધાર કર્યો છે. બાળકવિએ "રસના" એટલે પોતાની જીવ્હાને દરેક ટૂંકના અંતમાં શ્રી પ્રભુના ગુણ ગાવા માટે ભાર મૂકયો છે.

પ્રથમ પુત્ર શ્રી ગોપીનાથજીનું પ્રાગટય તે શ્રી બલદેવજીનું પ્રાગટય છે. તથા દ્વિતીય કુમાર શ્રી વિઠ્ઠલેશ પ્રભુજીનું પ્રાગટય તેજ શ્રી યશોદોત્સંગ લાલિત શ્રી કૃષ્ણચંદ્રનું પ્રાગટય છે.

આ નવાખ્યાન ગ્રંથના શ્રવણ-માત્રથી જીવને નવધાભકિત સિદ્ધ થાય છે. તેમ તેના સતત મનન અને પઠનથી દશમી પ્રેમલક્ષણા ભકિત દૈવીજીવોમાં ઉત્પન્ન થાય છે. એમ બાળકવિ કહે છે. **બીજુ "રસના" ને વશ રાખીને મુખરતા દોષથી બચવું તે ખાસ લક્ષણ યાદ રાખી ભૂલવું નહિ. (એટલે કે યાદ રાખવું જરૂરી છે.)** બાળકવિએ આ આખ્યાન "બિભાસ" રાગમાં ગાઈ તે પ્રાતઃકાળના સમયના નિત્યના પાઠમાં અવશ્ય ગાવાની ઈચ્છા પ્રદર્શિત કરી છે.

આ ગ્રંથના ઉપસંહાર વિશે જણાવતા બાળકવિ કહે છે. કે આ ગ્રંથનું સતત મનન કરવાથી શ્રીવિઠ્ઠલેશપ્રભુના અનુગ્રહથી જીવને નવધા ભકિત સિદ્ધ થાય છે. આ ગ્રંથના એકજ આખ્યાનના ગાનથી તેમજ મનનથી પણ અનંત ભગવદ્ ભાવરૂપ સંપત્તિ તેમજ અલૌકિક પરમ આનંદ રૂપ ફળની પ્રાપ્તિ થાય છે. દરેજ આખ્યાનના ગાનથી જે જે પ્રકારની ભકિત તેમજ ભાવ વિશેષ પ્રાપ્ત થાય છે તે દરેક આખ્યાનની છેલ્લી ટૂંકમાં જણાવેલ છે. નવ આખ્યાનથી નવધા ભકિત અને છેલ્લે પ્રેમલક્ષણા ભકિત પ્રાપ્ત થાય છે.

નવધા-ભકિત

નવધા ભકિત વિશે પ્રથમ **"શ્રવણ"** ભકિત છે. શ્રી હરિરાયચરણે શ્રી આચાર્ય મહાપ્રભુજીના ચરણ વિશે દઢતા અને આસકિત રાખવાનું કહ્યુ છે. કારણ જે આપશ્રીએ અથાગ શ્રમ લઈને શ્રીગોવર્ધનનાથજીની આજ્ઞાનુસાર પુષ્ટિમાર્ગ-ભકિતમાર્ગ પ્રકટ કર્યો છે. બાળકવિએ પ્રથમ આખ્યાનમાં જણાવેલ છે કે **"અક્ષરબ્રહ્મરૂપ પુરુષોત્તમની સૃષ્ટિ વિશેનું જ્ઞાન તેમજ સિદ્ધિ માત્ર શ્રી ઠાકોરજીની નિત્યલીલા શ્રવણ કરવાથી જીવને પ્રાપ્ત થાય છે."**

બીજી કીર્તન ભકિત છે. શ્રી ઠાકોરજીની સેવા-સ્મરણ સિવાય બધી જ જગ્યાએથી મન વિરકત રાખવું શ્રી પ્રભુના અહર્નિશ ગુણગાન કરવા તેમજ અષ્ટછાપ કીર્તનીયાઓએ પ્રભુની જે જે લીલા ગાઈ છે તે જ ગાવી તેમજ મનન કરવી. બાળકવિ જણાવે છે કે **"યજ્ઞ પુરૂષ હરિના શ્રુતિ ગુણગાયજી"** શ્રી આચાર્યજી મહાપ્રભુજીના ગુણગાનમાં કીર્તન ભકિતનો સમાવેશ છે.

ત્રીજી **"સ્મરણ"** ભકિત છે. શ્રી આચાર્ય મહાપ્રભુજીએ અનેક ગ્રંથો **"રસરૂપ"** દૈવીજીવોને પાઠ તેમજ મનન કરવા માટે જ યોજ્યા છે. તેનું મનન કરવું, તેમાં રચ્યાં પચ્યાં રહેવું એ ત્રીજી સ્મરણ ભકિતનું સ્વરૂપ છે. પાઠ કરવા, ગાવું એ કીર્તન ભકિત છે. અને રચ્યા પચ્યા રહેવું એ સ્મરણ ભીકત છે.

ચોથી ભકિત **"પાદસેવન"** ભકિત છે. મન તેમજ આત્માથી પ્રભુ વિશે જ ધ્યાન ધરવું. બાળકવિ આ આખ્યાનમાં **"ભકતજન પદરજ પ્રતાપે સકલ સરીયા કાજ"** તે પદ વંદુ... અત્રે "પદરજ" એ શબ્દ બાળકવિએ "પાદસેવન" ભકિત ભાવથી જણાવેલ છે. **તે પદવંદુ શ્રીવલ્લભનંદજી** આ પદ દરેક ટુંકના અંતમાં બોલવાનું હોવાથી "ચરણ શરણ" ભાવના સિદ્ધ થાય છે. પાદ સેવન ભકિત શ્રી ઠાકોરજી વિશે રસરૂપ છે.

પાંચમી "અર્ચન" ભકિત છે. શ્રી ઠાકોરજી, શ્રીવલ્લભ-કૂળના બાળકો તેમજ ભગવદિય વિશે સર્વાત્મ ભાવ રાખવો. તેથી પ્રભુ હમેશાં પ્રસન્ન રહે છે. આ ભાવયુકત ભગવદીયનો જ માત્ર સંગ કરવો. પાંચમાં આખ્યાનમાં શ્રીઠાકોરજી, તેમજ શ્રીવિઠ્ઠલેશ પ્રભુના ગુણગાન સ્મરણથી જીવને નિષ્પાપતા સિદ્ધ થાય છે. **"નામે નિષ્પાપ થાય નરનારી"**. વિરોધી મતના ખંડનથી ભકિતપક્ષ વિશે દ્દઢતા સિદ્ધ થાય જે **"અર્ચન"** ભકિતની સિદ્ધતાને પામે છે. શ્રીઠાકોરજીની સમય, સમય પ્રમાણે સેવા નિત્ય કરવી એ પણ અર્ચન ભકિત છે. આ શ્રીગોકુલેશ પ્રભુના વચનામૃત છે.

છઠ્ઠી **"વંદન"** ભકિત છે. શ્રીઆચાર્યજી મહાપ્રભુજી-શ્રીવલ્લભકુળ વિશે ચરણશરણની ભાવના રાખવી. વંદન શબ્દ શુદ્ધ પ્રેમ સૂચવે છે. છઠ્ઠા આખ્યાનમાં શ્રી ઠાકોરજીની

નિત્યલીલાનું વર્ણન છે. શ્રી પ્રભુની નિત્ય નિષ્કામભાવથી સેવા કરવી. જેથી મન વિશે શ્રી પ્રભુ માટે વિરહ તેમજ દીનતા ઉત્પન્ન થાય. **"અહર્નિશ દર્શન આપોજી" "રૂપ વિયોગ નિવારો રે"** આ વંદન ભકિત સ્વરૂપ સૂચવે છે. છેલ્લે બાળ કવિ કહે છે. **"ઓળવ્યે કેમ ચાલશે જે પ્રીત અમશું બાઝીજી"**

સાતમી **"દાસ્ય"** ભકિત છે. શ્રી આચાર્યજી મહાપ્રભુજીના ચરણ કમલની કૃપાથી સકલ કાર્યની સિદ્ધિ થશે એવો દઢ વિશ્વાસ રાખવો. શ્રી બાળકવિ જીવને શિક્ષાર્થે શ્રી વિઠ્ઠલેશ પ્રભુ અને શ્રી ગોવર્ધનનાથજીની સેવા વિશે **"રૂપ બેઉ એક તે ભિન્ન થઈ વિસ્તરે"** એ દઢતાથી જણાવી શ્રી પ્રભુની સેવા દાસ ભાવથી કરવા જણાવે છે. જેથી આ આખ્યાન દાસભકિત સૂચક છે. છેલ્લી ટૂંક **"દાસનોદાસ જાણે સકલ સુજ્જન સુને, શ્રી વિઠ્ઠલ આપનું બિરુદ પાળે ॥"** એ બાળકવિની અનન્યતા છે. શ્રી ઠાકોરજી વિશે રસપૂર્વક મન, વચન અને કર્મથી દાસથઈને રહેવું એ શ્રીગોકુલેશ પ્રભુની આજ્ઞા છે.

આઠમી **"સખ્ય"** ભકિત છે. લૌકિક વૈદિકનો ત્યાગ એ પુષ્ટિમાર્ગ વિશે વિશિષ્ટ સૂચન છે. આઠમાં આખ્યાનમાં બાળકવિ **"વ્રજજન જીવન પ્રાણ"** જણાવે છે. શ્રી ઠાકોરજીનુંજીવન પ્રાણ વ્રજજન-વ્રજભકતો છે. વ્રજભકતોના જીવન પ્રાણ શ્રી ઠાકોરજી છે. આ ચરણ શ્રી ઠાકોરજીને સંબોધે છે. જીવને રસ સાગરની રસીકતાની પ્રાપ્તિ થાય છે. છેલ્લી ટૂંકમાં **"વ્રજજનના કોડ પૂરો, આપો ચરણ વિહાર ॥"** બાળકવિએ આ પ્રમાણે વિનંતી કરી છે. **"વિહાર"** શબ્દ **"સખ્ય"** ભકિતનું સ્વરૂપ છે. શ્રી ઠાકોરજી હંમેશા વ્રજભકતોની સાથે વિહાર - ક્રીડા કરે છે. શ્રીઠાકોરજીની સખ્ય ભકિતનું વર્ણન શ્રીમદ્ ભાગવત દશમ સ્કંધના નવમાં

અધ્યાયથી તે ગૌચારણ લીલા સુધી, બાદ રાસલીલાથી શ્રી ગોવર્ધન લીલા સુધી વર્ણવી છે. શ્રી પ્રભુએ ગોપબાળકો-વ્રજભકતોની સાથે હંમેશા સખ્ય ભકિત દર્શાવી છે. **"પ્રભુને ગમે તે સમે સર્વ સહેવું, સદા રાજી રાજી હૃદયમાં રહેવું"** એ હેતુ સખ્ય ભકિતનો છે.

છેલ્લી, નવમી **"આત્મ નિવેદન"** ભકિત છે. બ્રહ્મ સૂચક ભકિત છે. શ્રી આચાર્યચરણ (વલ્લભકુળ)ના બાળકો વિશે તેમજ શ્રી ઠાકોરજીના દર્શનમાં હંમેશા ઉત્સાહ દેખાડવો. ક્ષણ ક્ષણ તે અપેક્ષા રાખવી, શ્રી વલ્લભ કુળના (શ્રી આચાર્યજી મહાપ્રભુજીથી તે અદ્યપિ પર્યતના) બાળકો વિશે દૃઢ શ્રદ્ધ ા રાખવી, તેમજ આશ્રય રાખવો. દેહ, પ્રાણ, અંતઃકરણ, આલોક તથા પરલોક સબંધી સર્વે ધર્મો શ્રી પ્રભુને જ અર્પણ કરેલાં છે તેમ સમજવું તે આત્મિનવેદન ભકિત છે. અહર્નિશ શ્રી વલ્લભકુળ વિશે જ સ્મરણ-રટણ કરવું એ પ્રમાણે બાળકવિએ પોતાની જીવ્હાને ચૌદે ટૂંકમાં ઉપદેશ કર્યો છે. વળી આ નવમાં આખ્યાનની તેરમી ટૂંકમાં બાળકવિએએથીપણ આગળ **"પ્રેમલક્ષણા"** ભકિત સ્વરૂપ વાકય **"શ્રી વિઠ્ઠલ પદ રજ રતિ માગ્ય રે રસના"** ઉચ્ચારીયું છે. "રતિ" એટલે પ્રેમની સિદ્ધિ કરવી. "પદ રજ રતિ" પ્રેમ લક્ષણા ભકિતનું જ સ્વરૂપ છે. શ્રી વલ્લભકુળના બાળકો પ્રત્યે પ્રેમની વાંછના રાખવી. પ્રેમ એ ભગવદ્ સ્વરૂપ છે. એ વિશે ૨૫૨ વૈ.વા.માં વાર્તા ૫૨ (બાવન) ઘણો જ મનનીય પ્રસંગ છે. વિપ્રયોગ પછી સંયોગનો અનુભવ થવો અને સંયોગ અને પછી વિપ્રયોગનો અનુભવ થવો એ દસમી પ્રેમલક્ષણા ભકિત સ્વરૂપ છે.

પુષ્ટિમાર્ગમાં જે જે પ્રકારથી મન લગાડીને શ્રી ઠાકોરજીની સેવા કરે, તે તે પ્રકારે પ્રભુના દર્શનનો તાપ ક્રમે ક્રમે વધે છે. હવે

જ્યારે તે વધે ત્યારે સર્વ પ્રકારના દોષ દૂર થઇ જાય છે. આ ઉપરાંત તે જીવને દિનતા સિદ્ધ થાય. દીનતાથી વિપ્રયોગાત્મક ભાવ સિદ્ધ થાય. છેલ્લે વ્રજભકતના (ગોપીજનના) ભાવથી માનસી સેવા જે સર્વોપરી મનાય છે તે દઢ થાય, પુષ્ટિમાર્ગ વ્રજભકતો (ગોપીજન)નો ભાવત્મક માર્ગ કહેવાય છે. અવિશ્વાસ નહિ કરવાથી તે ફલરૂપ બને છે.

શ્રી મહાપ્રભુજીએ પોતાનું સામર્થ્ય પોતાના વંશમાં સ્થાપિત કર્યું છે. **"સ્વવંશે સ્થાપિતા શેષ સ્વમહાત્મય સમયાપહઃ"** ભૂતલ ઉપર શ્રીમહાપ્રભુજીના વંશજ (વલ્લભકુળના બાળકો) જે બિરાજે છે, તેમના દ્વારા નિજજનોને બ્રહ્મ સંબંધ કરાવાય છે.

આ નવાખ્યાનમાં બાળકવિએ સાંપ્રદાયિક સઘળો પ્રકાર, ૮૪/૨૫૨ ભગવદીયની વાર્તા પ્રસંગના ભાવ, શ્રીમદ્ ભાગવત સ્વરૂપ-તેમજ નવધા ભકિત પ્રકાર આ ઉપરાંત અનેક સાંપ્રદાયિક ગ્રંથોના સારરૂપ વર્ણન જણાવેલું છે. વાસતવિક રીતે બધા જ આખ્યાન બધા જ પ્રકારની ભકિતના હેતુ માટે છે.

આમ બાળકવિ ગોપાલદાસ દ્વારા દૈવી સૃષ્ટિને આ ભકિત રસનું દાન થયેલું કહેવાય છે. આ ભકિતરસના દાનથી જીવ તરે છે. તેમજ તેના માયારૂપ બંધન અને સંસારના બધા દુઃખો દૂર થાય છે.

શ્રી મહાપ્રભુજીના પ્રતાપરૂપ-આશીર્વાદ રૂપ પુષ્ટિ માર્ગ છે. તેઓશ્રીના બન્ને પુત્રો-શ્રી ગોપીનાથજી અને શ્રીવિઠ્ઠલેશ-પ્રભુ, તેમ તેઓશ્રીના સાત બાળકો મળી નવસ્વરૂપ છે. વળી શ્રી ગોવર્ધનનાથજી અને શ્રી નવનિતપ્રિયાજી સહિત સાત નિધિ સ્વરૂપો મળી નવનો અંક સમાયેલોછે. તેથી નવ એ પૂર્ણાંક કહેવાય છે. નવનો અંક લૌકિક દષ્ટિ એ પણ પૂર્ણાંક મનાય છે.

તેમ અલૌકિક દષ્ટિથી શ્રી વિઠ્ઠલેશ પ્રભુનું પ્રાગટય પણ "આ પોષ મધ્યાહને નોમે શ્રીનાથજી"॥ પ્રસિદ્ધ છે. વળી મર્યાદા પુરૂષોત્તમ શ્રી રામચંદ્રજીનું પ્રાગટય પણ નવમીને દિને છે. એજ પ્રમાણે આ ગ્રંથના આખ્યાનની સંખ્યા પણ નવ હોવાથી નવનો અંક સંપૂણ ર્ રીતે પૂર્ણાંક મનાય છે. જેથી આ નવાખ્યાન ગ્રંથ પુષ્ટિમાર્ગની પ્રકાશતામાં પૂર્ણ ભાવમય કહેવાય છે.

॥ શ્રી કૃષ્ણાર્પણસ્તુ ॥

॥ શ્રી કૃષ્ણ શરણં મ્ મમઃ ॥
॥ શ્રી કૃષ્ણ શરણં મ્ મમઃ ॥
॥ શ્રી કૃષ્ણ શરણં મ્ મમઃ ॥

શ્રી વિઠ્ઠલેશપ્રભુ ચરણ

શ્રીમહાપ્રભુજીના દ્રિતીય પુત્રનું નામ શ્રી વિઠ્ઠલનાથજી હતું. તેમને વૈષ્ણવો "શ્રી વિઠ્ઠલેશ પ્રભુચરણ" કહેતા. મોગલ બાદશાહ અકબરે તેમને"ગોસ્વામી" પદવી આપી હતી. તેનો અપભ્રંશ થતાં તેઓ "શ્રીગુંસાઈજી"ના નામે પ્રસિધ્ધ છે.

"વિઠ્ઠલ" શબ્દ ત્રણ અક્ષરોનો બનેલો છે. વિદ્+ઠ+લ એનો અર્થ થાય છે. અજ્ઞાનીને જ્ઞાનરૂપી પ્રકાશ આપનાર.

શ્રીગુંસાઈજી પણ શ્રી મહાપ્રભુજીની જેમ પરમકૃપાળુ, તેમજ શ્રી મહાપ્રભુજીની જેમ આપણા સ્વામી છે. શ્રી મહાપ્રભુજીની ચરણરેણુ સર્વ ચિંતાઓનો નાશ કરનારી અને સર્વપ્રકારે સુખદ, કામદ, વરદ છે. તેમ શ્રી ગુંસાઈજીની ચરણરેણુ મહાનિધિરૂપ છે. તે મળ્યા પછી ભકતને બીજું કાંઇ મેળવવાની ઈચ્છા જ રહેતી નથી. આ ચરણરેણુ ભગવદ્દર્શન માટે આપણી ઈન્દ્રીયોને દિવ્યતા પ્રદાન કરે છે.એ ચરણ રેણુના આશ્રયથી જ સર્વ મનોરથ સિધ્ધ થાય.

શ્રીગુંસાઈજી અને શ્રી ગોવર્ધનનાથજી અટલે કે શ્રીકૃષ્ણચંદ્ર એકજ છે. માટે "આપ સેવા કરી શીખવે શ્રી હરિ" એવું આપનું આચાર્ય સ્વરૂપ છે.

શ્રીવિઠ્ઠલેશને બાળપણથી જ નૃત્ય, સંગીત આદિ કલાઓનો પણ ભારે શોખ હતો.તેમણે સર્વ કલાઓ પ્રભુની સેવામાં, પ્રભુના સુખ માટે યોજી હતી.

વિ.સં. ૧૬૪૨ના મહાવદ સાતમે સિત્તેર વર્ષની વયે પોતાના પરિવારને આજ્ઞા કરી કે "શ્રીનાથજી આપણા કૂળદેવતા છે. તેમને કદી પીઠ ન કરશો. શ્રી મહાપ્રભુજીની આજ્ઞા કદી પણ ઉલ્લંઘશો નહી", શયન આરતી પછી શ્રી ગિરિધરજીને અગ્નિ-સંસ્કાર માટે પોતાનો ઉપરણો આપી પોતાના અંતરંગ સેવક ગોવિંદસ્વામીને સાથે લઈ આપ સદેહે શ્રી ગિરિરાજજીની કંદરાના માર્ગે નિકુંજલીલામાં પધાર્યા.

ભગવત્ સેવા

- સેવામં અર્ધભુકત (આપણી વાપરેલી) વસ્તુઓનો કદાપિ ઉપોગ ન કરાય.
- સેવામાં લીલાઓની ભાવનાઓનું ચિંતન અવશ્ય કરવું.
- સેવામાં લોકલાજ, કૂળમર્યાદા વગેરેનો ત્યાગ કરવો.
- સેવા પોતાના ઘરમાં ગુપ્ત રીતે કરવી.
- પુષ્ટિભકિત પતિવ્રતાના ધર્મ જેવી છે.
- આપણાં પોતાનાં શરીર-સંપતિથી જ સેવા કરવી.
- આપણા કુંટુંબીજનોની સાથે સેવા કરવી.
- સેવા સાધન અને ફળ બંને છે.
- સેવા કરતા કરતા માનસી સેવા સિદ્ધ થાય છે.
- સેવા નિત્ય, આદર અને આગ્રહપૂર્વક કરવી.
- સેવાનું જાહેરમાં પ્રદર્શન ન કરવું.